D1680259

தமிழவன்

தமிழவன் நவீன நாவல் மற்றும் சிறுகதை எழுத்தில் தனக்கான பாணியைப் பின்பற்றுபவர். தமிழின் முதல் மாய எதார்த்த நாவல் இவரால் எழுதப்பட்டது. இந்தியாவிலும் வெளிநாட்டிலும் பல்கலைக்கழங்களில் தமிழ் பயிற்றுவித்தவர். ஓய்வு பெற்று இப்போது பெங்களூரில் வசிக்கிறார்.

கருஞ்சிவப்பு ஈசல்கள்
தமிழவன்

முதல் பதிப்பு: ஜனவரி 2022

எதிர் வெளியீடு,
96, நியூ ஸ்கீம் ரோடு, பொள்ளாச்சி – 642 002
தொலைபேசி: 04259 – 226012, 99425 11302

விலை: ரூ. 200

karunchivappu Eesalkal
Thamizhavan

Copyright © Thamizhavan
First Edition: January 2022

Published by
Ethir Veliyeedu, 96, New Scheme Road. Pollachi – 2
email: ethirveliyedu@gmail.com
www.ethirveliyedu.in

ISBN: 978-93-90811-66-3
Cover Design: Santhosh Narayanan
Printed by Jothy Enterprises, Chennai.

All rights reserved. No part of this book may be reprinted or reproduced or utilised in any form or by any electronic, mechanical or other means, now known or hereafter invented, including Photocopying and recording, or in any information storage or retrieval system, without permission in writing from the Publisher.

கருஞ்சிவப்பு ஈசல்கள்

தமிழவன்

எதிர்
வெளியீடு

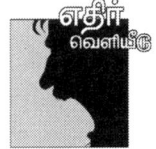

கதைகள்...

பகுதி ஒன்று

- கருஞ்சிவப்பு ஈசல்கள் | 11
- புத்திஜீவி கே.யின் வாழ்வும் பணியும் | 26
- புத்தகக்கடை | 40

பகுதி இரண்டு

- மணிக்கூண்டுகளுக்கிடையில் நடந்த ஒரு வழக்கு | 57
- எழுதப்பட்டிருந்த ஜான் ஸ்டுயர்ட்டின் கதை | 69
- கைகள் வெட்டப்பட்ட அனார்க்கிஸ்ட் | 84
- தூத்துக்குடியில் ஒரு கொலை | 96
- அவதாரம் | 106
- காந்தி லிபி | 115
- தலைவன் | 131

முன்னுரை

இந்தச் சிறுகதைகள் சமீபத்தில் நான் எழுதியவை. கடந்த சில ஆண்டுகளாக எழுதியவை. இதை ஏன் சொல்கிறேன் என்றால் இவை என் சுமார் ஐம்பது ஆண்டுகால சிறுகதை எழுத்தில் மிகச்சமீபத்தியவை. முதல் சிறுகதையை முதலாம் ஆண்டு இளங்கலை படிக்கும்போது எழுதினேன். சுமார் ஐம்பது ஆண்டுகளாக மனதில் தோன்றும்போதெல்லாம் எழுதிக்கொண்டிருந்தேன். பல ரகமாகவும் எழுதினேன். இப்படி இப்படி எழுதக்கூடாது என்று நினைத்து எழுதுவேன்.

இக்கதைகள் இரண்டு பகுதிகளாக அமைகின்றன. முதல்பகுதிக் கதைகள் சற்று சரளமானவை. சரளம் என்றால் எளிய தோற்றம் கொண்ட அழகியல் அவற்றில் தென்படலாம். இரண்டாம் பகுதியில் வருபவை காலனிய கால அழகியல் கொண்டவை. வரலாற்றின் அடிப்படையில் அமைபவை. காலனிய முரட்டுத்தனமான அழகியல். இதில் வாழ்க்கை பற்றிய ஆராய்ச்சி சற்று வேறுவிதம். கடைசி கதை யின் தலைப்பு: தலைவன். கதையின் முக்கியத்துவம் கருதி புத்தகத் தலைப்பாக இதை வைக்க விரும்பினேன். எல்லாக்கதைகளும் தமிழில் ஏற்கனவே இருந்த பாணி அல்ல. இருபத்து ஒன்றாம் நூற்றாண்டுக் காற்று அவற்றில் வீசும்.

இன்னும் கொஞ்சம் இக்கதைகள் பற்றிச்சொல்வது என்றால் எனக்கு தமிழில் எழுதுவது உலகத்தரத்தில் வரவேண்டும். தமிழ்த்தரத்தில் வந்தால் போதாது என்று ஒரு சித்தாந்தம் உண்டு.

எனக்கு போர்ஹெஸ், கால்வினோ, ஜாய்ஸ், பெக்கட், அமெரிக்காவிலிருந்து எழுதிய ரேமண்ட் கார்வர், மற்றும் முரகாமி ஆகியோர் கதைகள் ரொம்பவும் பிடிக்கும். மொழியில் ஏதோ ஒரு வேலைப்பாடு செய்வார்கள். இவர்கள் எல்லோரையும் ஒரு

தரமாக நான் நினைக்க அதுதான் காரணம். தமிழிலும் அந்த தரம் வந்தால் தான் அக்கதை பிரசுரமாகவேண்டும் என்று நினைப்பேன். எண்பதுகளின் தமிழில் உச்சகட்ட கதைகள் எழுதினார்கள். அதன் பிறகு தொய்வு. உலகத்தரம் இல்லாவிட்டால் எழுதக்கூடாது. இங்கே குறிப்பிட்ட எழுத்தாளர்கள் பற்றிப் பேச ஒரு மிகச்சிறிய வட்டம் நண்பர்கள் எனக்கு உண்டு. அவர்கள் தான் இக்கதைகளை எனக்குள் உற்பத்தி செய்தார்கள்.

நீங்களும் படித்துப்பாருங்கள். இதழ்களிலும் கணினியிலும் பிரசுரித்தவர்களுக்கும் நூலாய் கொண்டுவரும் பதிப்பகத்துக்கும் நன்றி.

தமிழவன்
1/7/21

பகுதி ஒன்று

கருஞ்சிவப்பு ஈசல்கள்

தன்னைப் பற்றிய கதை முன்பு எப்போதோ எழுதப் பட்டிருக்கிறதென்ற நினைப்பு அவனுக்கு வந்து கொண்டிருந்தது. எப்போது என்பது மட்டும் நினைவின் எல்லைக்குள் ஏனோ வரமாட்டேனென்கிறது.

அந்தக் கதை தன்னைப்பற்றியதல்ல என்று அவன் மறுக்க முனைந்தாலும் அதுவும் அவனுடையதுதான். அது தான் உண்மை. உண்மை கண்ணாடிபோல் தெள்ளத் தெளிவானது என்ற வாசகம் அவன் இப்போது வாழ்ந்த நகரத்தில், ஆறு சாலைகள் இணையும் கம்ப்யூட்டர் கம்பெனிகளுக்குப் பேர்போன சந்திப்பில், அடிக்கடி மின்ஒளியில் வந்து சென்று கொண்டிருந்தது. நக்ஸல்பாரிகளைக் கொல்வதற்கும் முஸ்லீம் தீவிரவாதிகளைப் பிடிப்பதற்கும் போகும் போலீஸின் துணையில்லாமல் இப்படிப்பட்ட கறாரான வாசகங்களை இந்த நகரம் தினம்தினம் தைரியமாகச் சொல்வது பற்றி அவனுக்கு எந்தக் கருத்தும் கிடையாது.

நினைவானது பழைய சம்பவங்களை, அவன் அனுமதியின்றியே அவனிடம் கொண்டுவந்து சேர்க்கும்போது அவன் ஓர் அலுவலகத்தில் அடிபட்டதும், அவனைப் போலக் கீழ்மட்டத்தில் பிறந்து வந்த ஓர் அலுவலக உயரதிகாரியின் தூண்டுதலால் கழுத்தைப் பிடித்து நெட்டி வெளியில் துரத்தப்பட்டதும் இன்னொருவனுக்கு (எப்போதும் அவனுடன் அவனுக்குத் தெரியாமல் வாழும் இன்னொருவனுக்கு) நிகழ்ந்தவை எனப் புரிந்து கொள்வான்.

தன் சான்றிதழிலிருந்து தான் வெறுக்கும் சாதிப்பெயர் நீக்க யாராலும் முடியாதென்பதைப் புரிந்த பின்புதான் இந்த அலைதல் தொடங்கியது.

அவன் அங்கீகரிக்காவிட்டாலும் அவனை ஒரு புண்ணியவானின் பெயரால் அழைத்தார்கள். அவனைக் கௌதமன் என்று அழைக்கும்போது எப்போதும் அவன் பதில் கொடுத்ததில்லை. யாரையோ அழைக்கிறார்கள் என்றே நினைத்திருக்கிறான். தன் பெயர் வின்சென்ட் என்றோ, லியோபால்ட் என்ற துரை. பாலசுப்பிரமணியன் என்றோ அல்லது குச்சின்ஸ்கி, லியோ டால்ஸ்டாய் என்பது போன்ற ரஷ்யப்பெயர்கள் என்றோ நினைத்துப் பல காலங்கள் ஆகிவிட்டன. அதாவது 35 ஆண்டுகள் ஆகிவிட்டன. முதலில் அப்படிக்கேட்டது தன் ஐந்தாம் வயதில். எனவே தெளிவற்ற ஒலிகள் வாய்களால் எழுப்பப்படும்போது என்ன என்று ஷாக் அடித்தவன் போல கேட்டபடி திரும்பித் தன்னைத் தேடுவது யார் என்று பார்த்திருக்கிறான் நாற்பது வயதான அவன். இது பல முறை நடந்திருக்கிறது என்றால் நீங்கள் நம்பவேண்டும் என்று கேட்டுக்கொள்கிறேன்.

அவன் ஒற்றை அறையுள்ள வீடு ஒன்றை வாடகைக்கு எடுத்த பகுதிக்குப் பெயர் ‘ஏ’ பிளாக் என்பது. மோசமாக வடிவமைப்பட்ட கட்டடங்கள் தீப்பெட்டிக் கோபுரம் போல் கட்டப்பட்டு நான்கு ஐந்து மாடிகள் இருந்த பகுதி அது. பக்கத்தில் ஒரு சயரோக சானிட்டோரியம் இருந்தது. நோயாளிகளை ஏற்றியபடி மிகமோசமான ஆட்டோ ரிக்க்ஷாக்கள் பெரிய சப்தத்துடனும், அதிகமான கரும்புகையை எமிஸன்குழாய் வழி வெளியேற்றியபடியும் அடிக்கடி சானிட்டோரியத்துக்குப் போகும் பகுதி அது. அப்போது நகரம் அதிகம் விரிவு பெற்றிருக்கவில்லை. வயல்களை நிரப்பி யாரும் வீடு கட்டும் பகுதியாக ஆக்கி இருக்கவில்லை. காலையிலும் மாலையிலும் ஒரே ஒரு பஸ் வந்து போகும். மாநிலத்தின் தலைமை நிர்வாகம் அந்த ஊரிலிருந்து நடைபெறுவதால் சிறுசிறு கைப்பைகளில் அமுக்கி வைத்திருக்கும் அலுமினிய டிபன் பாக்ஸில் சமைத்த சோறு நிறைத்து ஆண்களும் பெண்களும் அலுவலக வேலைக்குக் கரிசனத்துடன் அலுவலகப் பஸ்ஸில் காலையில் புறப்பட்டு மாலையில் வீடு வருவார்கள். இவர்கள் என்னதான் சாதிக்கிறார்கள் என்று எல்லோரையும் கேட்டுவிட்டுக் கடைசியாக அவனுடன் ஒற்றை அறைவீட்டில் தங்கும் பெண்ணிடம் கேட்டான்.

அப்பெண் அவனைப் பார்த்து வேறு ஏதோ சொன்னாள்.

அவனுக்குக் கேட்கவில்லை.

கையின் சைகையால் என்ன என்று கேட்டான்.

"செவிடு, கைலியைச் சரியாகக்கட்டு" என்றாள். அப்போதுதான் பார்த்தான் காலையில் தான் படுத்திருந்த பாயைச் சுருட்டாமல் பீடியை இழுத்தபடி வாயில் கோளையுடனும் கண்களில் பீழையுடனும் இருப்பதையும் தன் அழுக்கு அரைஞாண்கயிறு தெரிய கைலி இடுப்பிலிருந்து கழன்று கிடப்பதையும்.

அந்த அலுவலகத்தில் அன்று, பல ஆண்டுகளுக்கு முன், தான் வாங்கிய அடியைப் பொறுக்காமல் அவள் தனக்கு ஒரு காலத்தில் அடைக்கலம் தந்தவள். அந்த அலுவலகத்தை விட்டு வந்து விடு என்று சொன்னவுடன் பெட்டியுடன் தன்னுடன் வந்தவள் அவள் என்று நினைத்தான்.

"கைலி இடுப்பில் கட்டப்படத் தக்கதா" என்பது போல் அவளை ஏறெடுட்டுப்பார்த்துவிட்டு மீண்டும் பாயில் படுக்கப் போனவனிடம் முதுகைக் குனிந்துகாட்டி ரவிக்கையின் பின்பக்க பின்னைப்போட வைத்தாள் அவள்.

பின்பு கிளம்பினாள். அவனைத் திரும்பிப்பார்க்கவில்லை. அவளின் ரவிக்கைக்கும் பின்பக்கத்துக்கும் இடையில் மாநிற உடல் தெரிந்தது. இன்று ஏனோ மனதில் எந்த உணர்வும் தோன்றவில்லையே என்ற நினைப்பு வந்ததை நினைத்தான். தான் இப்போதெல்லாம் இப்படித்தான் என்று எண்ணினான்.

நகரத்தில் எதிர்கட்சிகள் நியாயம் கேட்கும் நாள். இவனை யாரும் அழைப்பதில்லை. பக்கத்து வீட்டில் அடிக்கடி தென்படும் ஒருவன் 'இன்று மாலையில் ஊர்வலம் இருக்கிறது, நியாயம் கேட்க வேண்டும்' என்றான். இவன் வேறு வேலையிருக்கிறதென்றான். அவன் தான் ஒருவனாய் நியாயம் கேட்பதற்குப் புறப்படுவான் என்றும் இவனுக்கு தோன்றவில்லை. தோன்றுதல்கள் மிக முக்கியம் என்று சொல்லிக்கொண்டான். இப்படிச் சொன்னதை மனம் பதிவு செய்து கொண்டிருக்குமோ இல்லையோ என்று சந்தேகம் வந்தது. அதனால் மீண்டும் ஒருமுறை தனது ஒற்றை அறை உள்ள வீட்டில் உரக்கச் சொன்னான்.

'தோன்றுதல்கள் மிக முக்கியம்.'

அவனுடைய அம்மா அது. அம்மாவைவிட முப்பது வயது மூத்த வயதுடையவன் அம்மாவுடன் போகிறவன். அந்த ஏரியாவில் அவன் பெரிய ரௌடி என்று பெயர் கேட்டவன். சிறிய முகம், கூர்மையான கண்கள், ஒடுங்கிய சிறிய மூக்கு, சிறிய உதடுகளும் கவனம் கொள்ளத்தக்கவையாகும். அப்போதுதான் இவன் பத்தாம் வகுப்புப் படித்துக்கொண்டிருந்தான். இவன் அந்த வயதான ரௌடியையும் அம்மாவையும் ஒன்றாய் பார்த்தபோது இனி படிக்க வேண்டாம் என்று முடிவுகட்டினான். அன்றிலிருந்து படித்துக்கொண்டிருந்த கார்ப்பரேஷன் பள்ளியை மறந்துவிட்டான். மறந்து விடுவதும் நன்றாக வரும் இவனுக்கு. யாரை அல்லது எதை மறக்க வேண்டுமோ அதை மிக எளிதாகச் செய்தான்.

ஒற்றை வீட்டின் வடக்கு மூலையில் பல்லி அடித்தது. பல்லியை எப்போதும் அவன் கேட்க விரும்புவதில்லை; பார்க்கவே விரும்பியிருக்கிறான். ஆனால் மறைந்தபடியே தான் பல்லி ஒலி எழுப்பும். பல்லிக்குத் தைரியம் கிடையாது. அவன் அம்மாவைப் போல என்ற நினைப்பு வந்ததும், எந்த நினைப்பும் தன்னிடம் ஒட்டிக் கொண்டிருக்கக்கூடாது என்று கருதினான். உடனே வெற்றி பெற்றான். நினைப்புகள் அவனை விட்டு அகன்றன.

அவனுடைய அம்மாவை மீண்டும் அந்த ரௌடியுடன் பார்க்கக்கூடாது என்று நினைத்ததற்கு ஒரு காரணம், அவன் தந்தை செய்த காரியம். ரௌடியைத் தன் தந்தையும் கூட இனி பார்க்கக்கூடாது என்று அவன் நினைத்த அன்று தாயை விட்டு ஓடிப்போனார் தந்தை. அது அவனுக்குப் பிடிக்கவில்லை.

தந்தையையும் அவனுக்குப் பிடிக்கவில்லை. அதனால் நான்கு ஆண்டுகள் கழித்து ஒருநாள் வீட்டுக்கு வந்தபோது, அது இருள் ஏறிய நேரம் எனக் கண்டான். அந்த ரௌடி தன் தாயுடன் வாசலில் நின்று பேசிக்கொண்டு நின்றான். தாய் அழுதபடி ரௌடியிடம் இனி வராதே என்றாள். ரௌடியைத் தாய், முகத்தில் உமிழ்ந்தாள் என்று பட்டது. இருளில் ஏதும் தெளிவாகவில்லை.

அவன் ரௌடியைத் தொடர்ந்து சென்றான். ரோட்டுப் பாலத்தின் கீழ் வைத்துக் கவனமாகக் கொண்டுவந்திருந்த ஆடு வெட்டும் கத்தியால் கழுத்தை நோக்கி வெட்டினான். கண்டதுண்டம் என்ற சொல் ஞாபகத்தில் இருந்தது. அவன் தந்தை ஆடு வெட்டும்

கடையில் வேலை செய்தபோது அவன் கவனமாய் எதையாவது பார்த்து மனதில் பதித்திருந்தான் என்றால் அது எப்படி வெட்டித் துண்டு செய்வது என்பதை. ஆடு வெட்டுவது போல், அந்த ரௌடியை வெட்டினான். பயமே இருக்கவில்லை என்றாலும் அக்கம் பக்கம் பார்த்தான், யாரும் இல்லை. மனதிலிருந்து ஏதோ ஒன்று சொன்னது: உடலை யாரும் பார்க்காதபடி மறைத்துவை. கால்களை வெட்டி இழுக்க முடியவில்லை. எலும்பை நான்குமுறை வெட்டி உடம்பிலிருந்து அப்புறப்படுத்தினாலும் நிணம் மாலை போல் சுற்றியது கையில். நரம்பும் பலமாய் இருந்ததாகப்பட்டது.

எல்லாவற்றையும் மறந்துவிட்டான். ஜெயிலில் பல வருடங்கள் இருந்தான். எல்லாம் மறந்துவிட்டது. அம்மா என்ன ஆனாள் என்றும் அப்புறம் மறந்துவிட்டான். அவளும் மறந்து விட்டாள். அவனுக்கு வயதும் கூடிவிட்டது. அவளுடைய பிள்ளை அல்லவா? அவனும் மறக்கும் வித்தையை அவளிடமிருந்து தான் கற்றிருப்பான் என்று அவனுக்குத் தோன்றினாலும், எல்லாம் மறந்து விட்டது. அது ரொம்ப நல்ல விஷயம் என்று கருதினான். மறதி. மீண்டும் மீண்டும் மறக்க வேண்டும்.

அதன் பின்புதான் ஒற்றை அறை வீட்டில் வசிக்கும் அப்பெண்ணை முன்பு ஒரு தடவை சந்தித்த ஞாபகம் வந்தவனாய் அவள் அலுவலகத்துக்குப் போய் அழைத்துக் கொண்டு இங்கு வந்தான். அவளுடன் இந்நகரத்துக்கு வந்து பதினான்கு ஆண்டுகள் ஆகிவிட்டன.

அவளிடம் இருந்த அந்தக் குணம் தான் அவனுக்குப் பிடித்த குணம் என்று கூறவேண்டும். ஏதும் கேட்காமல், அழைத்தவுடன் வந்தாள். ஞாபகம் வருகிறது. உண்மையில் அன்று நடந்ததை இப்படிச் சொல்லலாம்.

'வா போவோம்?'

இது அவன்.

'எங்கே?'

இது அவள்.

‘தெரியாது’

இது அவன்.

அப்போது இப்படிக் கேட்டாள்:

‘என்ன சொன்னாய்?’

‘எங்கே போவது என்று தெரியாது என்றேன்’

உடனே அவள் பதில் தந்தாள்.

‘சரி, அப்படியென்றால். ஓ.கே.’ பின்பு சற்று யோசித்தாள். புருவங்கள் சுருங்கின. மீண்டும் சொன்னாள்:

‘ஆனா, ஒரு கண்டிஷன்’

‘என்ன?’

‘திரும்ப இந்த ஊருக்கு வரக்கூடாது’

‘சரி’ என்றான்.

ஒரு நீண்ட ரயில் பயணம். எங்கே என்று தெரியாமல்தான் இருவரும் பயணம் தொடங்கினார்கள். வழியில் ‘நான் ஜெயிலில் இருந்தது...’ என்று தொடங்கிய போது,

‘எனக்கு ஏதும் வேண்டாம்’ என்றாள்.

ரயில் நின்றபோது, மொழி தெரியாத இந்த நகரத்தில் ரயில் நின்றதைக் கண்டார்கள்.

கௌரவரமாக வாழ்வதில் நம்பிக்கை கொண்டவன். நகரத்தில் ஓரளவு ஆங்கிலத்தை விருத்தி செய்துகொண்டான். அந்த மாநிலத்தின் மொழியில் பேசுவதற்குப் பழகிக் கொண்டான். அவனோடு வாழ்பவளுக்கு இன்னும் இந்த ஊர் மொழி சரியாக வரவில்லை. அதற்கான காரணத்தை அவன் கண்டுபிடித்திருந்தான். அவளிடம் சொல்லவும் செய்தான்.

‘நீ யாரிடமும் பேசுவதில்லை’.

அந்த மாதிரி அவன் உண்மை பேசும்போது அவள் கண்களை உயர்த்தி அவனை ஒருமுறை பார்ப்பாள். அவ்வளவுதான். ஏதும் பேசமாட்டாள். அது உண்மை என்று ஆமோதிக்கிறாளா, இல்லை என்று நிராகரிக்கிறாளா என்று அவனுக்கு விளங்காது. அவளுக்கே அது விளங்கவில்லை என்று அவனுக்கு நினைவு வரும். எதையும் தொடர்ச்சியாக யோசிப்பதுதான் இந்தச் சமூகத்தில் நடந்துள்ள விபரீதங்களுக்கான அடிப்படைக் காரணம். தன்னைப் பெரிய சமூகச் சிந்தனையாளன் என்று கருதிக்கொள்வது அவன் வழக்கம். அப்படியும் சொல்ல முடியாதென்று தன் மனம் உடனே மறுப்பதை அவன் அறியாதவன் அல்ல.

அவள் அவனையே பார்த்துக்கொண்டிருந்தாள். இப்படி அவள் வெறித்துப் பார்ப்பதைக் கவனிக்காதவன் போல் அமர்ந்தான். இது ஒரு விளையாட்டு என்பது போல் இருவரும் செய்வார்கள். நகைச்சுவை காட்சிகளை டிவியில் ஒலி இல்லாமல் கவனிப்பது போல் இருவரும் நடந்து கொள்வார்கள். ஒரு மணிநேரம் அவனையே சிரிப்போ, கோபமோ, துக்கமோ இல்லாமல் அவள் பார்ப்பாள். முதலில் அவன் கவனிக்காதவன் போல் அமர்ந்திருப்பான். பழகப் பழக அவனும் எதிர்பார்வை செலுத்துவான். அதிலும் சிரிப்போ, கோபமோ, துக்கமோ கொஞ்சமும் இருக்காது. ஒருவர் மீது ஒருவருக்கு கவர்ச்சியோ, வசீகரமோ, காமமோ கூட தோன்றாது. ஓரிருமுறை அவன், பார்வையைத் திருப்பி ஒற்றை அறை வீட்டில் தொங்கிக் கொண்டிருக்கும் சாமி படம் போட்ட காலண்டரையும் அத்துடன் ஆணியில் தொங்கும் காய்ந்துபோன மல்லிகைப் பூ சரத்தையும் பார்ப்பான். பிறகு வெளியில் தெரியும் ஐ.டி. கம்பெனியின் கண்ணாடி ஜன்னல்கள் தெரியும்.

பல வேலைகள் பார்த்துவிட்டு இப்போது வீட்டைச் சுத்தம் செய்யும் வாக்யூம் கிளீனர் சேல்ஸ்மேனாக வேலை செய்கிறான். வேலை பார்ப்பதுபோல் நடித்துக் கொண்டிருக்கிறேன் என்பான். ஞாயிறுகளை மிகவும் பிடிக்கும் என்பான். ஏனெனில் ஞாயிறுகளில் பலர் ஓய்வாக இருக்கிறார்கள் என்பான்.

காலையில் எழுந்து குளித்துவிட்டு வேகம் வேகமாக கம்பெனியில் போய் நிற்பான். எப்போதும் அவனிடம் எரிந்துவிழும் அவனுடைய மேலதிகாரியான பெண்மணி அவன் செய்ய

வேண்டிய வேலையைச் சொல்வாள். மாதிரிக்கான சிறிய சைஸ் கிளினரையும் தோளில் தூக்கி போட்டுவிட்டு ஆர்டர் பிடிக்கும் கோப்புகளைச் சரியாய் வைத்து அவர்கள் கொடுக்கும் பில், அச்சிட்ட தாள்கள், விளம்பர வரிகள் கொண்ட நோட்டீஸ்களைப் பெறுவான். அவன் அணிவதற்கு அளிக்கும் சிவப்பு நிற சட்டை, வெள்ளை நிற பாண்ட் இவைகளுடன் தலையில் ஒரு 'காப்' அணிந்து வெயிலில் கிளம்புவான். பாதி தூரம் ட்ராமில் புறப்பட்டு, அவனுக்கு ஒதுக்கப்பட்ட ஏரியா அருகில் உள்ள நிறுத்தத்தில் இறங்குவான்.

இவ்வளவு காரியங்களையும் யாருக்காகவோ செய்பவன் போல் செய்தாலும் அவற்றில் ஒரு நேர்த்தியும் ஒழுங்கும் இருப்பதால் மிகுந்த அக்கரையுடன் வாக்யூம் கிளினர் வேலையைச் செய்கிறான் என்று பிறர் கருதுவார்கள். நேர்த்தியும் ஒழுங்கும் பல ஆண்டுகளாய் இந்த வேலை செய்யும் நடிப்பிலிருந்து அவனுக்கு வந்தது என்பதுதான் உண்மை. நேர்மை, போலித்தனம் என்றெல்லாம் மற்றவர்கள் பேசுவதன் அர்த்தம் அவனுக்குத் தெரிந்ததில்லை.

ஒற்றை அறை வீட்டிலிருந்து கிளம்பும்போது அவனுடன் இருக்கும் பெண்மணி 'நில்' என்றாள். சிலவேளை கம்பனி 'டை'யை மட்டும் வீட்டிலிருந்தே கட்டிக் கொண்டுபோவது அவன் வழக்கம். அவனுடைய வீட்டிலிருக்கும் பெண் 'டை' கட்டத் தெரிந்தவள். 'டை' கட்டுதல் உலகில் மிகவும் சிக்கலான கலை என்று கருதுகிறவன் அவன். அல்லது அவன் மூளைக்குள் இருக்கும் சோம்பேறித்தனம் அவன் 'டை' கட்டாதபடி அவனைப் பார்த்துக் கொள்கிறது.

நகரில் 10ஆம் கிராஸிலிருந்து அவன் சேல்ஸ் வேலையை ஆரம்பிக்க இன்று உத்தரவு. கல் போன்று இறுகிய முகத்துடன் குள்ளமாகக் காணப்படும் அவன் 9-ஆம் கிராஸிலிருந்து 10-ஆம் கிராஸை நோட்டம் விட்டான். பஸ்கள் சிலவும் டாக்ஸிகளும் அவ்வப்போது செல்லும் ரோடுதான் 10-ஆம் கிராஸ். வீடுகள் வரிசையாக இருந்தன. ஆல்பிரட் துரையப்பா என்ற பெயர் அவனுக்குத் திடீரென்று ஞாபகம் வந்தது. பக்கத்துத் தீவில் தனது மொழிபேசும் மக்களுக்கு ஒரு தனித்தேசம் வேண்டுமென்று கேட்ட பிரபாகரனைக் கொன்றார்கள். அதன் பின்பு பிரபாகரன்

இளைஞனாக இருந்தபோது கொன்ற யாழ்ப்பாணத்துப் போலீஸ் அதிகாரி ஆல்பிரட் துரையப்பாவின் பெயரைத் தெரிந்துகொண்டான்.

வரிசையான வீடுகளில் தென்னை மரங்கள் உள்ள வீடுகள் எத்தனை என்று ஏனோ எண்ணினான். தான் நின்ற இடமான 10-ஆம் கிராஸில் நான்கு குறுக்குப் பாதைகள் இடதுபுறமும் வலதுபுறமும் இருந்து வரும் சந்திப்பு மையம். முதல் குறுக்குப் பாதையில் இடதுபுறமிருந்து ஒரு இளம்பெண் சைக்கிளில் போனாள்; அவளைத் தொடர்ந்து ஒரு மோட்டார் சைக்கிளில் இரு இளைஞர்கள் போனார்கள். அதே குறுக்குப் பாதை 'ஒன்வே' அல்ல என்பதால் வலது புறமிருந்தும் கூட்டமாய் வாகனங்களும் ஆட்களும் சற்றுநேரத்தில் வந்தார்கள்.

அவர்கள் எதற்காக இப்படி வீட்டிலிருக்காமல் ஆடைகளை உடுத்து எதையோ சாதிக்கப்போகிறவர்கள் போலப் போகிறார்கள் என்ற கேள்வி தோன்றியது. தன் பின்பக்கமிருந்து வேகமாய் 'டை' கட்டி கோட் போட்டபடி பெல்டை வலது கையால் பிடித்தபடி நடந்த மனிதரிடம் கேட்டான்.

"எதற்காக இவர்கள் இவ்வளவு அவசரமாகப் போகிறார்கள் ஸார்?"

அந்த மனிதர் அவனை ஒரு மாதிரிப் பார்த்தார். இரண்டடி எடுத்து அவனைக் கடக்க நினைத்தவர் – ஏனோ நின்றார்.

அவன் இப்போது இரண்டடி எடுத்து வைத்ததும் அவருக்கு அவன் செயல் கோபமூட்டியது தெரிந்தது.

"கொன்று விடுவேன். ஜாக்கிரதை"என்றார்.

அவன் ஏதும் சொல்லவில்லை. அவர், பின்பு அவசரமாய் போய்விட்டார். அவனை அவை ஏதும் பாதிக்காததால் தொடர்ந்து வீடுகளின் முன்பு போய் நின்றான். நாய்கள் இருக்கின்றனவா என்று பார்த்துவிட்டுக் கேட்டைத் திறந்ததும் வீட்டின் காலிங் பெல்லை அழுத்தினான். யாரோ வந்து வாக்யூம் கிளினர் வேண்டாம் என்று கூறுவதையும் பொருட்படுத்தாது பையை கீழே வைத்து இந்த வாக்யூம் கிளினரின் சிறப்புகளை எந்திரம்போல் எங்கோ பார்த்தபடி கணீர் என்ற குரலில் ஒப்புவித்தான். அவனுக்காகவோ,

வீட்டுக்காரருக்காகவோ, தன் கம்பெனிக்காகவோ அந்தச் செயலை அவன் செய்யவில்லை என்பதுபோல் நடந்து கொண்டான். எதற்காக? ஏதோ ஒரு பிறப்பில் இதுபோல் வாக்யூம் கிளினர் எந்திரம் பின்பு விற்கவேண்டும் என்று அவன் தலையில் கடவுள் எழுதி வைத்ததுபோல் நடந்துகொண்டான். அவனுடைய உணர்ச்சியற்ற முகமும், அதில் இருந்த கண்களின் அசைவும் வேகம் வேகமாக இயங்கும் கைகள், உடம்பு போன்றவையும் சிவப்புச் சட்டையும் நீலநிற 'டை'யும் வீட்டுக்காரருக்கு இவன் மீது ஏதோ ஒரு சுவாரஸ்யத்தை ஏற்படுத்தியது. அரைமணி நேரம் வீட்டுக்குள் இவனை அழைத்துப் பெண்கள், வயதானவர்கள் கூடியிருந்து பேசினார்கள். ஒரு எந்திரத்தை விற்றிருந்தான். கம்பெனியிலிருந்து எந்திரம் வீட்டுக்கு அனுப்பப்பட்ட பின்பு அவர்கள் பணம் கொடுப்பதாகக் கூறிய பின்பு அடுத்த வீட்டை நோக்கி நடந்தான். அவனுக்கு ஆர்டர் பிடிப்பதுமட்டும் தான் வேலை. அந்தக் குடும்பத்தினர் வாக்குத் தவறமாட்டார்கள் என்று எப்படியோ அவனுக்குத் தெரியும்.

பெயரோ முகமோ தெரியாத ஒரு மனிதன் தெருவில் நின்று கொன்று விடுவேன் என்று சொன்னதால்தான் ஒரு எந்திரத்தை விற்கும் லாவகம் தனக்குள் கூடி வந்தது என்பது போல் ஏதோ ஒரு உள்ளுணர்வு இவனுக்குள் வடிவம் பெற்று சிரமமின்றி 'சேல்ஸை' முடித்தான். என்னென்ன பேசினான் என்று நினைக்க முயன்றவனுக்கு ஏதும் ஞாபகம் வராவிட்டாலும் தாகம் எடுத்தது. நின்றிருந்த பத்தாம் கிராஸ் சந்திப்பு மையத்திலிருந்து இரண்டாம் குறுக்குப் பாதையில் போய் மூலையில் இருந்த பெட்டிக்கடையில் கொக்கோ கோலா என்று கேட்டான். கடைக்காரன் அவனைப் பார்த்து "நீங்கள் கம்யூட்டர் இன்ஜீனியரா, அமெரிக்காவுக்கு இதுவரை போனதில்லையா" என்று இரண்டு கேள்விகளை ஒரே வாக்கியத்தில் கேட்டான்.

இவனுடைய தாகம் தீர்ந்ததுபோல் இருந்தது.

மீண்டும் சந்திப்புக்கு நடந்து, இப்போது மூன்றாவது குறுக்குத் தெருவில் நின்று கண்ணுக்கு எட்டும் தூரம் வரை அத்தெருவைப் பார்த்தான். அவனுடன் அவனைப் போல் வசிக்கும் அந்தப் பெண்ணைப் பற்றி நினைக்க வேண்டும் என்ற உணர்வு எப்போதோ மழுங்கிவிட்டிருந்ததைச் சிலவாரங்களுக்கு முன்பு

நடந்த சம்பவம் அவனுக்கு விளக்கியது. ஒரு மொபைல் அழைப்பு அவளிடமிருந்து வந்தபோது வழக்கம்போல் – அவள் தொலைபேசி அழைப்பை, ஏனோ அடிக்கடி உதாசீனப்படுத்துவான் – எடுக்கவில்லை. பத்து அழைப்புகள் வந்தன என்று ஒரு மணிநேரம் கழித்து அறிந்தபோது அலுப்புடன் அவனை அவனுடைய ஏதோ ஓர் உணர்வு அழைத்தது. அவள் மருத்துவமனையில் அனுமதிக்கப்பட்டிருந்தாள். ஏதோ சாலையில் யாரோ ஒரு ஆட்டோ ஓட்டுனன் அவளை அடித்து வீழ்த்திவிட்டுப் போன பின்பு அவள் நினைவு பிசகி ஒரு மணிநேரம் சாலையில் கிடந்தாள். யாரும் ஏறிட்டுப் பார்க்கவில்லை. எப்படியோ மருத்துவமனையில் போய்ச் சேர்ந்தாள். அவன், அவள் சொன்னவைகளை சுவாரசியமின்றி யாரோ கிணற்றுக்குள்ளிருந்து பேசுகிறார்கள் என்பதுபோல் கேட்டான். இன்று வேதனைப்படும் மனநிலை அவனுக்கு அற்றுப்போயிருக்கிறது என்பது அவனுடைய வாதம். அவளை, அவன் மருத்துவமனையில் பார்த்தபோது அவளுக்கு அவனைப் பார்த்துக் கோபம் வரவில்லை.

“ஏன் மொபைல் எடுக்கவில்லை?” என்று இரண்டு மூன்று முறை கேட்டாள்.

அவளது அந்தக் கேள்வி அவன் காதுகளுக்குள் போகும் அளவு சுவாரசியம் கொண்டதல்ல என்பதுபோல் நின்றான். வழக்கம்போல் அவனும் அவளும் ஒருவரை ஒருவர் 1மணி நேரமோ என்னமோ கண்ணெடுக்காமல் பார்க்கும் விளையாட்டை சீரியஸாகச் செய்தார்கள். அன்று ஏதோ ஒரு தவறான காரணத்தால் உந்தப்பட்டு விற்பனையாளனுக்குரிய கம்பெனி யூனிபார்மையும் ‘டை’யையும் அணிந்தபடி ஆஸ்பத்திரிக்கு வந்திருந்தான். தூரத்தில் ஆஸ்பத்திரி பக்கத்து வார்டில் வாக்யூம் கிளினரை வைத்துச் சுத்தம் செய்யும் ஒலி வந்ததால் அவன் முகத்தில் சுவாரஸ்யம் தோன்றிய அடையாளம் ஏற்பட்டது. மூக்கை பெருவிரலாலும் ஆள்காட்டி விரலாலும் தொட்டுபிடித்துப் பார்த்தான். மூக்கு கழன்று விழுந்து விட்டது என்பதுபோல் அவனுடைய அச்செய்கை அமைந்திருந்தது. தன் கம்பெனியின் ‘பிராண்ட்’ அல்ல அந்த எந்திரம் என்ற செய்தி அவன் மூளையில் போய் எட்டியிருக்க வேண்டும். இப்போது 16 இலட்சம் மதிப்புள்ள இன்னோவா கார்கள் தொடர்ந்து தெருக்களில் அலைந்து கொண்டிருப்பதை

நினைத்தான். அந்த நினைவு அவன் சேல்ஸ் வேலையை மீண்டும் ஞாபகமூட்ட, எழுந்து நின்றான். பாக்கெட்டில் இருந்த நோட்டுகளை எண்ணாமல் எடுத்து அவள் அருகில் வைத்துவிட்டு எழுந்து நின்றான். அவள் ஏதும் சொல்லவில்லை. அந்த வெண்மையான மருத்துவமனையின் அறையிலிருந்து திடீரென வந்த பீனாயில் போட்டு தரை துடைக்கப்பட்ட வாசனை தாங்கமுடியாமல் போய்விடலாம் என்று பயந்தவன் போல் அங்கிருந்து புறப்பட்டபோதும் இன்னோவா கார்கள் போகும் வேகம் ஓர் உருவம் பெற்று பல்லி, பாம்பு போன்ற விநோத ஐந்துகளாய் அவன் மனதை ஆக்கிரமித்தன.

அதன்பின் ஒரு மாதமோ என்னமோ ஆகியிருக்கும். ஆனால் அவன் அதே பத்தாம் கிராஸுக்கு அருகில் எட்டாம் எண் கிராஸில் நின்று முதலில் நீலவானத்தைப் பார்த்து ரசித்தான். எட்டாம் எண் கிராஸில் நீண்ட சாலையில் மூன்று வீடுகளுக்கு மாடிகளைக் கட்டுவதில் ஆட்கள் ஈடுபட்டிருந்தனர். வீடுகள் கட்டுவது நல்ல விஷயம் தான் என்பது ஒப்புக்கொள்ளக் கூடியதென்ற மனோநிலை அவனுக்கு ஏற்பட்டது. கட்டட வேலை நடந்து கொண்டிருந்த இடத்தில் கிரேன் ஒன்று மேலிருந்து ஜல்லியையும் மணலையும் மெதுவாய் அசைந்தபடியே எடுத்ததைப் பார்த்தபோது, தன் கைகள் வாக்யூம் கிளினரைப் பிரித்துக் கஸ்டமர்களுக்குக் காட்டும் செயல் மனதில் வந்தது.

அந்த மூன்று கட்டடங்களையும் தாண்டி ஐந்து கிராஸ்கள் தாண்டி மூன்றாம் கிராஸில் வந்து சேரும் குறுக்குத் தெருவைப் பார்த்தபோது அறிவிப்புப் பலகையில் இருந்தது கண்ணில்பட்டது. "மூன்றாவது மெயின்."

குறுக்குத் தெருக்களின் பெயர் மெயின் என்று புரிந்தது. மூன்றாம் மெயினில் மூலையில் இருந்த கடையில் மீண்டும் கண்கள் நிலைத்தன. இவனைக் கண்கொட்டாமல் கடைக்காரன் பார்த்தபடி இருந்தது தெரிந்தது.

மூன்றாம் மெயின் வழியாகச் செல்லும் ரோடு மிக நீளமானதாகவும் அதிகம் வெயில் உள்ளதாகவும் எட்டாம் எண் கிராஸ்போல் அடர்ந்த மரங்களற்றதாகவும் இருந்ததால் இது மத்தியதர வர்க்கத்தின் உயர்ந்த மக்கள் வாழும் பகுதி அல்ல என்று அவன்

மூளை சொன்னது. கீழ் மத்திய தர மக்களின் மீது அவனுக்குக் குரோதம் ஏற்கனவே இருந்தது.

திரும்பி, பெரிய கட்டடங்கள் இருந்த நான்காவது மெயினுக்குப் போய் நோட்டம் விட்டான். பின்பக்கம் யாரோ வந்து நிற்பதுபோல் பட்டது. அவனும் பார்க்கவில்லை; அந்த நபரும் அவனை அழைக்கவில்லை. அவன் கவனத்தை ஒரு இன்னோவா கார் கவர்ந்தது. லிப்ஸ்டிக் போட்ட வெள்ளைநிறப் பெண்மணி – கறுப்புக் கண்ணாடியுடன் காரில் அமர்ந்திருந்தது தெரிந்தது. அது அவனுக்குப் பிடித்த காட்சி. அவள் குழந்தையைப் பள்ளியிலிருந்து அழைத்துக்கொண்டு போகிறாள் என்று நினைத்து, அந்தக் காரையே தன் கண்களால் பின்தொடர்ந்தான். காரின் பிரேக் சிவப்பு விளக்கு ஒளிர்ந்தது. ஒரு சிவப்புத் தாமரை போல் ஒளி சுழன்றது போல் கண்களில் பதிவானது. ஒரு பெரிய வீட்டின் முன்பு கார் நிற்க, பெண்மணி தன் சிறிய வயது மகளுடன் அவசரமாக இறங்கினாள். அவன் எதிர்பார்த்த செயல் அது. எத்தனைபேர் அதுபோலவே அவசரமாய் இறங்கியதை வாழ்க்கையில் பார்த்திருக்கிறான்!

அவன் அந்த வீட்டில் இருந்த வாக்யூம் கிளினர் எந்திரம் பழுதாகியிருக்கும் என்று ஒரு கற்பனையை உருவாக்கிக்கொண்டு நடக்க ஓரடி எடுத்து வைத்தபோது தன்னை அரசியல் கூட்டத்துக்கு அழைத்தவன் நின்று தன் தோளில் கை வைத்ததை உணர்ந்தான்.

"தலைவர் ஜெயித்துவிட்டார். இனி ஏழைகள் என்று இந்த நாட்டில் யாரும் இருக்கமாட்டார்கள். உறுதியாக நம்பு."

அப்புறம் ஒரு சினிமாப்பாட்டைப் பாடியபடியே பீடி இழுத்தபடி நண்பன் புறப்பட அவன் அணிந்திருந்த டி-சர்ட்டில் அவனுடைய தலைவன் அடிக்கடி சொல்லும் வாசகம் பதிக்கப்பட்டிருந்ததை, அது அந்த மாநிலத்தின் மொழி என்பதால், எழுத்துக்கூட்டிப் படித்தான்.

"ஓராயிரம் பகைவர்கள் ஓடோடி வந்தாலும்
ஓரடி கொடுத்துப் பின்வாங்க வைப்பேன்"

அவன் அந்தப் பெரிய வீட்டின் கேட்டை அவனது வழக்கப்படி திறந்து தடதட என்று நேரடியாய் வீட்டை நோக்கி நடந்தான்.

அவனுடன் வாழ்பவள் அடிக்கடி அவனிடம் சொல்வாள்.

“நீ மிகவும் வித்தியாசமான பிறவி என்பதை நான் கவனித்திருக்கிறேன். நீ எல்லோரையும் போல் சிரிப்பதில்லை; அழுவதில்லை. நீ அழுது நான் பார்த்ததில்லை. ஆனால், இத்தனை ஆண்டுகளாய் நான் உன்னை விரும்ப ஒரே காரணம் நீ நிழல்களைப் போல் வாழ்கிறவன். அப்படிப்பட்டவர்களை எனக்கு ரொம்பவும் பிடிக்கும். எனக்குக் காரணம் கேட்டால் தெரியாவிட்டாலும் எனக்கு நீ அப்படி இருப்பதால் பிடிக்கிறது.”

அவன் உள்ளே போய் “அம்மா, அம்மா, மேடம், மேடம்” என்று முதலில் அழைத்தான். வீட்டின் முன் நாயும் இல்லை, காவலாளியும் இல்லை. இவ்வளவு பெரிய வீட்டில் காவலாளி இல்லை என்பது சரியில்லை என்று முதலில் கூறவேண்டும் என்று நினைத்தான். வீட்டின் முன்பக்கம் சிறு கார்டன் இருந்தது. குழாயிலிருந்து நீர் சொட்டிக்கொண்டிருந்தது. அது அந்த இடத்தில் பரவிய மௌனத்தை விரட்டுவதுபோல் இருந்தது. அது அவனுக்குப் பிடித்திருந்தது. மீண்டும் அழைத்தான். யாரும் இல்லை. கட்டடத்தின்மேல் வீட்டிற்குச் செல்லும்படி வெளியேயும் உள்ளேயும் படிகள் வைத்துக்கட்டப்பட்டிருந்த வீடு அது. மேல்வீட்டுக்குப்போக விரும்பி, குருவிகள் எச்சமிட்டிருந்த இரும்பு ரெய்லிங் வழியாக கை விரல்களை வைத்து உராய்ந்தபடியே மேலே ஏறினான். வீடு ஜன்னல்களில் கர்ட்டன் போட்டு மூடப்பட்டிருந்தது. ஜன்னல்கள் வழி எட்டிப்பார்த்தான். வீட்டினுள் இருக்கும் அமைதி அவனுக்குக் கேட்டது. வீடு அகலம் முப்பது அடியாகவும் நீளம் அறுபது அடியாகவும் இருக்கும். இடதுபுறம் இருந்த படிவழி ஏறி மேலே உள்ள வீட்டின் பின்பக்கம் போய்பார்த்தான். மேல் வீட்டுக்கு உள்ளேயிருக்கும் படிகளின் வழியாக, அந்தப் பெண்மணி மேலே வந்திருக்கமுடியாது. ஒரு அரைமணிநேரம் சுற்றிச் சுற்றிப் பார்த்தான். மேல்வீட்டில் யாரும் இருப்பதாய் தெரியவில்லை. இரண்டாம் மாடியின் மேல் ஸோலார் ஹீட்டிங் மட்டும் இருந்தது. துணி உயர்த்தும் கொடி காற்றில் தனியாக ஆடியது.

அவன் நின்று நகரத்தைப் பார்த்தான். முதலில் வடக்குப் பகுதியைப் பார்த்தபோது பிரம்மாண்டமான அந்த நகரத்தின் உயர்ந்த கட்டடங்கள் தெரிந்தன. ஓரளவு வடக்குப் பகுதியைப்

பார்த்து முடித்தாயிற்று என நினைத்தபோது அடுத்த பகுதியைப் பார்த்தான். இப்படி நான்கு பகுதியையும் நின்று நிதானமாகப் பார்த்தபின்பு வந்த வழியே கீழே இறங்கினான். முன்புபோல குழாயில் நீர் சொட்டிக்கொண்டிருந்தது. இரும்புக் கேட்டைத் திறந்து ரோட்டில் இறங்கியபோது அவனுடன் வாழ்பவள் பற்றி நேற்றுக் காலையில் கண்ட கனவு நினைவில் வந்தது.

அவளுடைய இருதயம் பூ போல் விரிய, ஒவ்வொரு இதழிலிருந்தும் மென்மையான இறகுகள் கொண்ட கருஞ்சிவப்பு ஈசல்கள் ஆயிரம் பறந்தன.

நடந்துகொண்டிருந்த அவன் சாலையில் போக்குவரத்தைப் பற்றிக் கவலைப்படாமல் சாலை நடுவே தொடர்ந்து நடந்தான். அவனுக்குத் தெரிந்த யாரோ அவனை அழைத்தார்களோ என்றிருந்தது. அவன் மீது முழுச்சாலையும் போவதுபோல் உணர்ந்தபோது காரில் அடிபட்டுக் கிடந்த அந்த உருவம் அவன் கண்ணில் பட்டது. அவன் அம்மாபோல் இருந்த உருவத்தின் அருகில் போனபோது அவ்வுருவம் வானளாவ விரிந்து பின்பு காற்றாகிப் போனது.

தன்னுடன் தங்கும் பெண்ணிடம் மறக்காமல் இதைச் சொல்லவேண்டும் சோர்வையும் சோம்பலையும் பொருட்படுத்தாமல், என்று நினைத்தான்.

•••

புத்திஜீவி கே.யின் வாழ்வும் பணியும்

கே. என்பவன் பற்றிய இந்தச் சுருங்கிய வாழ்க்கை வரலாற்றை அவனுடைய மரணத்திலிருந்து தொடங்குவது தவிர வேறு வழியில்லை. அவன் மரணம் சம்பவித்ததோ இருபத்து ஐந்து ஆண்டுகளுக்கு முன்பு.

அமெரிக்காவில் ஒரு பல்கலைக்கழகத்தில் கோடை விடுமுறையில், இந்தோ-ஆரியமொழிக் குடும்பத்தைச்சார்ந்த, அவன் தாய் மொழியைப் பயிற்றுவிக்க, அமெரிக்க சமஸ்கிருத பேராசிரியர் வால்டர் வில்ஃபோர்ட் தானே முன்வந்து கே.யை அழைத்தபோது கே.யின் கால்கள் தரையில் பாவவில்லை. நானும் கே.யும் அதுபோல், கே.யின் நிரந்தர விரோதியான என் நண்பன் ஆனந்ததீர்த்தனும் (எனக்கு அந்நியமான) அந்த ஊரில் ஒரு மொழி நிறுவனத்தில் வேலை பார்த்தோம்.

ஆனந்ததீர்த்தனை நான், என்னுடைய மொழியைச் சேர்ந்த நண்பர்களுக்கு இவன் ஒரு தோற்றுப்போன எழுத்தாளன் என்று அறிமுகப்படுத்தும் போது, ஆனந்ததீர்த்தன் ஏனோ உள்ளூர மகிழ்வான்.

ஆனந்ததீர்த்தன் தான் கே.யின் மரணத்தை, கைப்பேசி அறிமுகமாகியிராத, 70களில் அவ்வப்போது மக்கர் செய்யும் என்வீட்டு லேண்ட் லைனுக்கு அழைத்துச் சொன்னான்.

"புஸ்வாணம் மேலே போய், போனவேகத்தில் எரிந்து புஸ்ஸென்று கீழே விழுந்து விட்டது" என்றான்.

"ஐ டோண்ட் அன்ட்ரஸ்டான்ட் யு" என்றேன் ஆங்கிலத்தில். ஆனால் எனக்கு உறுதியாகத் தெரியும் கே. பற்றித்தான் ஏதோ சொல்ல வருகிறான் என்று.

"கே. டைய்ட் டுடே அட் ஸெவன் இன் த மார்னிங். புஸ்வாணம் மேலே போய் அப்படியே விழுந்துவிட்டது."

தொண்டையிலிருந்து பேசிய ஆனந்ததீர்த்தன் சொன்னமுறை எனக்கு அவன் வருத்தத்தோடு உண்மையைச் சொல்கிறான் என்று புலப்படுத்தியது. கே. திடீரென இறந்த செய்தி இப்படித்தான் அந்த நகரத்தில் பரவியது.

கே. அப்போது மொழிநிறுவனம் எங்களுக்கு ஒதுக்கியிருந்த குவார்ட்டர்ஸில் தங்கியிருந்ததால் அவன் வீடு, என் வீட்டுக்கு அருகில் இருந்தது. நான் என் இரு சக்கர வாகனத்தில் அவன் வீட்டுக்குப் போன போது அவன் வீட்டின் முன், மழை மேகம் கவிந்திருந்த அந்த ஜூலை மாதத்தில், பார்த்தவை எல்லாம் நன்றாக நினைவிருக்கின்றன. சிறு கூட்டம் ஒன்று கூடியிருந்தது. அவனிடம் பி.எச்.டி செய்யப்போய் அவனால் பாலியல் தொல்லைக்கு ஆளாகி மொழிநிறுவனத்தின் இயக்குநருக்கு முன்பொருமுறை கம்ப்ளயண்ட் எழுதிய பெண் பின்பு அவனிடம் ராசியானாள். அழுதுகொண்டு ஒரு மரத்தின் அருகில் தரையில் அவளுடைய சுடிதாரில் மண் ஒட்டுவதையும் பொருட்படுத்தாது அமர்ந்திருந்தாள்.

நான் அந்தப் பெண்ணை அறிவேன். எனவே அவளருகில் சென்றபோது அவள் கே.யின் சாவைப் பற்றிப் பேசாமல் அவளுக்கு முன்பு நடந்தது பற்றி ஏனோ பேசினாள். "என் கம்ப்ளய்ண்டைத் திரும்பப் பெறாவிட்டால் தற்கொலை செய்து விடுவதாக எங்க வீட்டுக்கு வந்து கே. மிரட்டியதைப் பார்த்து அப்பா உண்மையில் பயந்துபோனார். அதனால் கம்ப்ளயண்டை வாபஸ் வாங்கியதோடு பி.எச்.டியும் கே.யிடம் செய்துகொண்டேன். இப்போது இப்படி ஆகிவிட்டது" என்றாள் மூக்கைச் சிந்தியபடி.

கே. போன்ற அறிவாளியிடம் ஆய்வு செய்தால் அவர்கள் மொழி பேசுபவர்கள் உடனே வேலை வழங்குவார்கள் என்ற தகவலையும் அந்தப் பெண் சொன்னாள். இவளைப் போல் பல பெண்களுக்குப் பாலியல் தொல்லை தந்து பி.எச்.டியும் தருவான் கே. என்று ஆனந்த்தீர்த்தன் ஜோக் அடிப்பான். இறந்தவன் உடலையாவது பார்ப்பதற்கு ஆனந்ததீர்த்தன் வருவான் என்று

நான் நினைத்தேன். அப்போது அந்தப் பெண், வேறு ஒரு பெண் வருவதைச் சுட்டிக்காட்டி

"அவளிடமும் முதலில் தவறாக நடக்க முயன்று பின்பு அவளது பி.எச்.டி நெறியாளராய் ஒழுங்காய் இருந்தான் கே." என்ற தகவலைத் தரவும் புதிய இளம்பெண் அழுதபடி எங்களருகில் வந்து சேரவும் சரியாய் இருந்தது.

இப்போது 1998 நடந்துகொண்டிருக்கிறது. இருபத்தைந்து ஆண்டுகளுக்கு பிறகு இன்று நான் கே.யை நினைப்பதற்கான ஒரே காரணம் கே.யின் இந்த வாசகம்: "ஒரு நிகழ்வை நிரூபிக்க வேண்டுமென்றால் அந்த நிகழ்வை இன்னொரு நிகழ்வோடு தொடர்பு படுத்துவதைவிட வேறு வழியில்லை."

கடந்த பல ஆண்டுகளில் இந்த வாசகம் அவர்கள் மொழியில் மிகவும் புகழ்பெற்றுவிட்டது. கே. இறந்தபின் முதல் பதினைந்து ஆண்டுகள் அவனுக்கு நினைவுக் கூட்டங்களை ஒழுங்காய் நடத்தினாள் அவனுடைய மனைவி சரஸ்வதி. (கே. வாழும்போது அப்படி நடத்தும் அளவு அவன் மீது மதிப்புக்கொண்டவள் அவள் என்ற எண்ணம் நான் கொண்டிருக்கவில்லை.) அதன்பிறகு இப்போது நடத்துகிறாளோ என்னவோ தெரியாது.ஏனெனில் அந்த ஊரைவிட்டு நானும் எப்போதோ வந்துவிட்டேன். மேலே சொன்ன இந்த வாசகத்தை நான் பழைய புத்தகங்களை அடுக்கும்போது ஒரு பத்திரிகையின் பழைய மஞ்சள் படிந்த பக்கத்தில் யாரோ அடிக்கோடிட்ட பகுதியில் பார்த்தேன். அப்போதிருந்த புகழ் கே.க்கு இப்போது இல்லை என்பேன் என்றாலும் சிலர் இப்போதும் கே.யைப் புகழ்கிறார்கள். அவர்கள் பெரும்பாலும் கே.யின் வயதொத்தவர்கள். இழந்துபோன அவரவர் வயதை அப்படிக் கௌரவிக்கிறார்கள் என்பான் ஆனந்த தீர்த்தன்.

கே. ஒருமுறை ஓவியரான தேசத்தின் புகழ்பெற்ற கவிஞரைப் பற்றி எழுதியிருந்தான். தாடி வைத்துக் கொண்டிருக்கும் அந்த உலகப் புகழ்பெற்ற கவிஞரைப் பின்பற்றி தானும் தாடி வைத்திருப்பதாகக் கூறிய கே. அந்தக் கவிஞரைப் பற்றி ஒரு கட்டுரை இரண்டு பக்கத்தில் எழுதியிருந்தான். அது என் கவனத்தையும் ஈர்த்தது. அதாவது அக்கவிஞர் முதுமையில் எத்தகைய கற்பனை சக்தியைக் கொண்டிருப்பார் என்ற

அபூர்வமான கேள்வி அவனுக்குத் தோன்றியிருந்தது. அதனை விளக்கியிருந்தான். ஆனந்ததீர்த்தனிடம் அது அபூர்வமான கேள்வி என்ற என் எண்ணத்தைக் கூறிய போது ஆனந்த தீர்த்தன் இப்படிச் சொன்னான்.

"நீ வயதானவர்கள் யாரும் எழுதாத மொழியிலிருந்து வந்துள்ளாய். கே. வயதானவர்கள் மட்டுமே எழுதும் மொழியில் எழுதுகிறான். எனவே வயதானவர்களின் கற்பனை பற்றி யோசிப்பது கே. போன்றவர்களுக்கு எளிது."

நான் குழப்பமடைந்தேன்.

எனினும் கே. என்ன சொல்லவருகிறான் என்று சிந்தித்தேன். எனக்கும் ஆனந்ததீர்த்தனுக்கும் கே. தேசியப் புகழ்பெற்ற கவிஞரின் எல்லாப் படைப்பையும் படித்தவனல்ல என்பது தெரியும்.

கே. தேசியப் புகழ்பெற்ற அந்தக் கவிஞரின் ஓவியக் கண்காட்சியைப் பார்த்திருக்கிறான். அழகற்ற தோற்றமுள்ள அவ்வோவியங்களைக் கூர்ந்து பார்த்து ஒரு கருத்தைச் சொல்கிறான். பல ஓவியங்களில் மறைந்திருக்கும் பெண் சாயை ஒன்றைக் கண்டு பிடித்திருக்கிறான். அக்கருத்தை இவ்வாறு வெளிப்படுத்துகிறான்.

"மறைவாக, பல ஓவியங்களில் ரகசியமாய் வெளிப்படும் பெண்சாயல் உண்மையில் ஓவியங்களில் காணப்படுவதில்லை."

இந்த வாசகம் எனக்குப் பெரிய தலை வேதனையைக் கொடுத்தது. பெண் சாயல் இருக்கிறதென்கிறான். ஆனால் அது இல்லாததென்கிறான். எனக்கு இவ்வாக்கியத்தின் முரண் புரிய இன்னொரு வாக்கியம் உதவியது.

"இருப்பது இல்லாததுபோல் தென்படுவது உணர்வின் அதீதத்தால் ஆகும்."

இந்தமாதிரி விசயங்களை நினைவில் கொண்டு வந்த நான் கே.யின் வறுமை பீடித்த இளமைக்காலம் பற்றி நினைத்தேன். ஊரில் கிராமத்தில் திருவிழாவுக்கு நூற்றுக்கணக்கான மக்களுக்கு உணவு தயாராக்கும்போது வயிற்றுப் போக்கு ஏற்படுத்தும் மாத்திரைகளை வாங்கிக்கொண்டு யாருக்கும் தெரியாமல் உணவில் கலந்திருக்கிறான். இது அவன் மிக அதிகமான இறை

மறுப்பாளனாக இருந்தபோது நடந்தது. இதனை அவனது பாலிய காலத்தில் அவனோடு இறைமறுப்பாளர்களாக அலைந்து இப்போது பெரிய பக்தர்களாக மாறி அந்த ஊர் அரசியலில் புகுந்துள்ளவர்கள் கூறுகிறார்கள்; இவர்கள் சிலரே.

கே. ஒரு கதை பற்றி எழுதிய விமர்சனம் என்னைக் கவர்ந்தது. அதுபற்றிக் கூறாவிட்டால் கே. பற்றிய என் மனப்பதிவு முழுமையடையாது. அக்கதைச் சம்பவம் வெயிலில் நடக்கிறது. அக்கதையை, வெள்ளைக்காரர்கள் கொடூரமாய் ஆண்ட சமயத்தில், அச்சிட்ட பத்திரிகையின் தாள் போலீஸால் கறுப்புமைப் பூசி அழிக்கப்பட்டது. அப்போதெல்லாம் போலீஸ் பற்றி ஏதும் பத்திரிகைகளில் எழுதமுடியாது. அச்சுறுத்தலுக்கு ஆளான அந்தப்பத்திரிகைக் கதையில் முழுவதும் வெயில் கொடூரமாய் அடித்தது. அக்கதையானது கர்ப்பமான ஒரு பெண்ணை அவளுடைய தாய் பேற்றுக்குத் தன் வீட்டுக்கு அழைத்துக்கொண்டு போவது பற்றியது. பஸ் நிலையத்துக்கு அப்பெண்ணும் அவளது கிராமப்புறத் தாயும் வந்து நிற்கும்போது, போலீஸ் எல்லோரையும் விரட்டுகிறது. அப்பெண்ணுக்கோ அசாத்தியமான தாகம். அப்போது பார்த்து வெயில் சுள்ளென்று அடிக்கிறது. தாயால் பெண்ணை விட்டுவிட்டு ஒரு டம்ளர் தண்ணீர் கொண்டுவரப் போக முடியாது. எல்லா இடத்திலும் போலீஸ் பரவுகிறது. யாரோ பஸ்ஸில் கல்லடிக்கிறார்கள். கர்ப்பிணிப் பெண் என்னாகுமோ தன் குழந்தைக்கு என்று புலம்புகிறாள். அவளுக்கு வேறு ஏதும் தோன்றுவதில்லை.

நான் சொல்ல வந்தது கே. எழுதிய விமரிசனம் பற்றி. ஒரு டேப்ளாய்ட் பத்திரிகையின் தரங்குறைந்த தாளில் அச்சிட்ட தன் ஒரு பக்கக் கட்டுரையில் அக்கதை வெயில் பற்றியது என அடம்பிடிக்கிறான் கே. அக்கட்டுரை வெளியான அடுத்த நாள் கே.யின் பாதத்தில் உள்ள பெருவிரலில் ஒரு கோபக்கார இளைஞன் தன் பூட்ஸ் கால்களால் மிதித்தபடி கே.யின் சட்டைக்காலரைப் பிடித்தான். வெயிலாம் வெயில் என்றான் இளைஞன். கே. சற்றும் அசராமல் தன் எழுத்தின் புரட்சிகரத் தன்மையால் உருவான எதிரிகளின் வேலை இது என்று கூறிக்கொண்டு தலையைக் கீழே போட்டபடி நடந்து போனான்.

இந்த நிகழ்ச்சி நானும் ஆனந்ததீர்த்தனும் கே.யும் நாங்கள் வேலை பார்த்த மொழிநிறுவனத்தின் கான்டீனில் காபி

குடிக்கப்போனபோது நடந்தது. சிலவேளை இப்படிப்பட்ட சம்பவங்கள் நடக்கவேண்டுமென்பதற்காக, வேண்டுமென்றே இப்படி எழுதுகிறானோ இவன் என்றும் தோன்றியது.

கே. பார்ப்பதற்கு அழகற்றவனாக இருப்பான். கரிய நிறமான முகம்; சுருட்டைமுடி. கண்கள் பெரியவை. அவன் சிரிக்கும்போது நாசித்துவாரம் தேவைக்கதிகமாக விரிந்து சுருங்கும். அப்படி விரிந்து சுருங்கும் நாசித்துவாரத்தைக் காட்டி ஒருமுறை ஆனந்ததீர்த்தன்தான் எனக்கு, "சின்ன பறவைகள் உள்ளே போய்விட வாய்ப்பிருக்கிறது, சொல்லிவை" - என்றான். கறுப்பு நிறமான முகத்தில் வெள்ளையான பெரிய பற்கள். அதில் ஒரு தாடி வேறு. எதிர்மறையான பிற அங்கங்களின் தன்மையை அவனது உயரம் ஓரளவு சரி செய்து நேர்மறையாக மாற்றியது எனலாம். ஒருமுறை என் மொழியில் ஒரு குறிப்பிட்ட கவிஞர் எப்படி எழுதுவார் என்று கேட்டான். நான் மொழிநிறுவனத்தில் எனக்கு வகுப்பு இருக்கிறது என்று வேகமாய்ப் போய்விட்டேன். ஒரு மணிநேரம் வரை அதே இடத்தில் நின்றபடி சிகரெட் இழுத்துக்கொண்டும் வானத்தைப் பார்த்துக்கொண்டும் நின்றிருக்கிறான். வகுப்பை முடித்துக்கொண்டு நான் அவன் கேட்ட வேள்வியை அனாயசமாய் மறந்து வந்து கொண்டிருந்தேன். "நான் கேட்ட கேள்விக்குப் பதில் சொல்லவில்லை" என்று என் தோளைத் தொட்டான். நான் நின்றேன்.

"ஆனந்ததீர்த்தன் ஒரு..... பாஸ்டர்ட்.

அவனுடன் சேர்ந்து ஏன் கெட்டுப் போகிறாய்? நீ, நான் நேசிக்கும் புராதன மொழியிலிருந்து வந்திருப்பவன், பதில் சொல்" என்றான். அவன் கை என் தோளை இறுக்கியது. அப்போதுதான் அவன் என் மொழியில் எழுதும் கவிஞன் பற்றி என்னிடம் கேட்ட கேள்வி ஞாபகம் வந்தது.

"வா, கே. என் அறையில் அமர்ந்து பேசுவோம்" என்றேன்.

"இல்லை. உன்மீது கோபம், என் கேள்வியை உதாசீனம் செய்தாயோ என்று. எனவே என் கேள்வியை வானத்திடம் கேட்டபடி ஒரு மணிநேரம் அதே இடத்தில் நின்றிருந்தேன்."

"அய்யய்யோ, எதற்கு உன்னையே தண்டித்தாய்?" என்று கேட்டபடி கே.யின் கையைப் பிடித்தேன்.

வருகிறேன் என்று சிகரெட் பிடித்தபடி அப்போதைக்கு மறைந்தவன் ஓரிரு நாளில் என் மொழிக்கவிஞன் பற்றி என்னிடம் தகவல்களைப் பெற்று அவனுக்கே உரிய முறையில் அவற்றை வெட்டி ஒட்டி கட்டுரையை டெல்லியில் சிலருடைய தொடர்பின் மூலம் மதிப்புக்குரிய ஒரு கருத்தரங்கில் வாசித்துவிட்டு மகிழ்ச்சியோடு திரும்பிவந்தான். ஆனந்ததீர்த்தன் "உன் கருத்துக்களைத் திருடி வாசித்துவிட்டு வந்திருக்கிறான்" என்றான். ஒரு மாதம் கழித்து நான் அவசரமாக எங்கோ போய்க்கொண்டிருந்தபோது கே. தோன்றி அந்த என்மொழிக் கவிஞன் பெயரைச் சொல்லி அந்தக் கவிஞனைப் பற்றி உனக்கு ஏதேனும் தெரியுமா என்று கேட்டான். எனக்கு எரிச்சல் வந்தது. அது யார் என்று வேண்டுமென்றே கேட்டேன்.

"அப்புறம் விளக்குகிறேன். ஏ, ஃபைன் பொய்ட் என்றான்."

உண்மையிலேயே என்னிடமிருந்து அக்கவிஞனைப் பற்றி முதன்முதலாக அவன் அறிந்து கொண்டதை முழுதும் மறந்திருந்தான்.

அவன் டெல்லியில் ஆங்கிலத்தில் படித்த கட்டுரையை என்னிடம் கொடுத்துவிட்டுப் புறப்பட்டதும் நான் அக்கட்டுரையை எடுத்துப்புரட்டினேன். முதல் பக்கத்தில் கட்டுரை இப்படித் தொடங்கியது.

"இலக்கியம் உயிர் வாழ்கிறது; புழுப்பூச்சிகள் உயிர் வாழ்வது போல."

நான் அவ்வரிகளைப் படித்துக் கொண்டிருந்தபோது அவனுடைய மாணவி ஒருத்தி ஓடி வந்தாள்.

ஸார், கே.யின் கட்டுரையை அவர் உங்களிடம் கொடுத்து ஒரு வாரம் ஆகிறதாம். உடனே வாங்கி வரும்படி சொன்னார் என்றாள்.

நான் முதல் இரண்டு வரிகளைப் படித்த கட்டுரையை அப்படியே தூக்கி அவளிடம் கொடுக்க, பேண்ட் அணிந்த உயரமான அப்பெண் வேகமாகப் பின்புறத்தைக் காட்டியபடி நடந்தாள்.

ஆனந்ததீர்த்தனிடம் சொன்னால் வேண்டுமென்றே அவன் இப்படிச் செய்கிறான், அவனை அபூர்வமான மேதை என்று நீ நினைக்க வேண்டுமென்பதற்காக என்பான்.

கே.க்கு மொழித்துறையில் அவனுடைய மொழியின் இலக்கிய வரலாற்றில் ஒரு பகுதியை எழுதும் பொறுப்புக்கொடுக்கப்பட்டது. அதனைப் பற்றி ஆனந்ததீர்த்தன் சொன்ன செய்திகள் எனக்கு கே. பற்றிய குழப்பத்தை மேலும் அதிகரித்தன. ஆனந்ததீர்த்தன் என்னைவிட இரண்டு வயது மூத்தவன். கே. என்னைவிட ஐந்து வயது இளையவன். ஆனந்ததீர்த்தன் ஆங்கில இலக்கியம் படித்துவிட்டுச் சிலகாலம் அமெரிக்காவில் வசித்து விட்டு வந்தவன். கே. எப்படியாவது அமெரிக்காவிற்குப் போய் அவனுடைய தாய்மொழியைக் கற்பிக்க வேண்டுமென்று விரும்பினான். அவன் ஆங்கிலத்தாலும், அறிவாலும் வித்தியாசமான இலக்கியச் சர்ச்சைகளாலும் அந்தந்த இடங்களில் காணப்படும் உயர் சமூகத்துப் பெண்களாலும் கவரப்பட்டு வாழ்வின் கவர்ச்சியை அடையும் வழியாக இலக்கியக் கோட்பாடுகளும் விமரிசனங்களும் எழுதத் தொடங்கியவன். அவனது அறையைப் பற்றி இங்குச் சொல்ல வேண்டும். எங்கள் மொழித்துறையில் எல்லோருக்கும் காற்றோட்டமான அறைகளும் தலைக்கு மேலே ஒட்டடை அடிக்கப்படாத மின்சார விசிறிகளும் உண்டு. ஆனால் கே. தேர்ந்து கொண்ட அறை ஒரு பழைய ஏடுகளை அடுக்கி வைக்கும் அறையினுள் நான்கடிக்கு நான்கடி பரப்பளவுள்ள ஒரு உள்அறை. ஒரு சிறு மேசையும் இரண்டு இரும்பு நாற்காலிகளும் மட்டும் போடமுடிந்த அறை. ஒருமுறை கே.யின் அறைக்கு வந்த அவனுடைய இப்போதைய மனைவியும் எங்கள் மொழித்துறையின் முன்னாள் மாணவியுமான சரஸ்வதி கே.யிடம் கத்திவிட்டுப் போனாள் என்று மாணவர்கள் சொன்னார்கள்.

“ஏன்யா உன் புத்தி இப்பிடி, நீ ஏன் இந்த மாதிரி அறையில் இருக்கிறாய் என்பது எனக்குத் தெரியாதா?” என்று கத்தினாள் என்று கேள்வி. அவள் கத்தும்போது வாழ்க்கையில் ஏதும் பிடிப்பில்லாதவன்போல் சிகரெட் பிடித்தவாறு கே. சுவரைப் பார்த்துக்கொண்டு அமர்ந்திருந்தானாம்.

ஆனந்ததீர்த்தனிடம் ஏன் இருட்டறையில் வசதியில்லாமல் கே. அமர்ந்திருக்கிறான் என்று கேட்க நினைத்த எனக்கு ஆனந்ததீர்த்தன் கிடைக்கவில்லை. ஆனந்ததீர்த்தன் ஏற்கனவே எனக்குப் பழக்கப்படுத்திய கே.யின் ஆய்வு ஆஸோசியேட் ஒருவன் ஒரு நாள் என்னுடன் பேசிக்கொண்டு வந்தான். கே. அந்த இளைஞன் முதுகலை படித்தபின்பு மிகவும் கஷ்டபட்டதை

அறிந்து தன்னிடம் துணை ஆய்வாளனாகச் சேர்ந்துகொள்ளும்படி கூறியதைச் சொன்னான். கே.யின் வீட்டில்தான் அந்த இளைஞன் கொஞ்சநாள் தங்கியிருந்தான். கே.யைப் பற்றி ஒரு நாள் பேச்சு எடுத்தேன். கே. எப்போது அமெரிக்கா போகிறான் என்று. உடன் அந்த துணை ஆய்வாளன் தன் மனதில் இருந்ததைக் கொட்டினான்.

“ஸார், கே. போனவாரம் வீட்டுக்குப் பக்கத்து நிலத்தில் நின்றிருந்த பலாமரத்திலிருந்து இரண்டு பலாப்பழங்களை இரவில் பறித்ததற்காக அந்த நிலத்தின் சொந்தக்காரன் வந்து கே.யிடம் முன்பு தேங்காய் திருடினாய், இப்போது பலாப்பழம் திருடினாய் என்று சட்டையைப் பிடித்து இழுத்ததும் கே. தரையில் தடால் என்று விழுந்தான் ஸார். நான் இடையில் புகுந்து கே.யைக் காப்பாற்றினேன். திடீரென்று கே. என்ன செய்தான் தெரியுமா? அயோக்கினை என் ஆசிரியன் என்று கூட இனி பார்க்கமாட்டேன். மரியாதையில்லாமல் தான் பேசுவேன். தேங்காயும் பலாப்பழமும் திருடியவன் இதோ நிற்கிறான் என்று என்னைப் பிடித்துக் கொடுத்தான், ஸார். அன்று கே.யின் வீட்டிலிருந்து வந்துவிட்டேன்” என்றான்.

ஆனந்ததீர்த்தனிடம் இதைச் சொன்னால் அவன் என்ன சொல்வானோ என்று எண்ணிக்கொண்டேன். இன்னொரு நாள் மொழித்துறையில் மாணவ மாணவியர்களுக்குத் தேர்வு நடந்து கொண்டிருந்தபோது விரைவாய், கண்ணாடியைக் கையில் சுழற்றியபடி என் அறைக்கு வந்த கே. ஒரு டைப் செய்யப்பட்ட வெள்ளைத்தாள் கத்தையைப் படி என்று கொடுத்தான். இந்திய இலக்கியத்தின் பொதுவான போக்குகள் என்பது கட்டுரையின் தலைப்பு. நானும் அவனும் முன்பு எனது மொழிக் கவிஞர்களின் கவிதைப்போக்கு என்று விவாதித்த கருத்துக்கள் பலமொழிக் கவிஞர்களின் கருத்துக்களாய் அவர்களின் பெயரின்றி டைப் செய்யப்பட்டிருந்தன. அக்காலத்தில் டைப் செய்வதுதான் வழக்கம். எனவே கரிகரியாய் ஓரளவு நிறம் மங்கிய ரிப்பனில் அடிக்கப்பட்டிருந்தது அந்தக் கட்டுரை. அடுத்த நாள் வந்து உன் கருத்துக்கள்தான் என்று கூறி சிகரெட்டை ஊதியபடி மோட்டு வளையைப் பார்த்து என்ன புழுக்கம் என்று சட்டைக் காலரைத் தூக்கிவிட்டான். அக்கட்டுரையில் இந்த மேற்கோள் என் மனதைக் கவர்ந்தது.

“நான் தேடக்கூடாது. கண்டுபிடிக்கவேண்டும்.”

எனக்குத் தெரியும், அந்த மொழியில் அந்த ஆண்டு முழுதும் பலர் அவனுடைய இந்த மேற்கோளை விவஸ்தை இல்லாமல் எடுத்தாளப் போகிறார்கள் என்று.

மொழித்துறை தொகுத்துப் பிரசுரித்த அவர்களின் இலக்கிய வரலாற்றைப் பலர் சேர்ந்து பகுதிபகுதியாகப் பிரித்து எழுதினார்கள். ஒருவர் இலக்கணம் பற்றியும் இன்னொருவர் 1100 ஆம் ஆண்டில் அவர்கள் மொழியில் இருந்த சமண இலக்கியத்தில் செடிகொடிகளின் ஆன்மா மேற்கொள்ளும் வாழ்க்கை பற்றியும் எழுதினார்கள்(ஒரு முள் செடி முந்திய பிறப்பில் இறந்துபோன தன் தந்தைக்காக இரண்டுநாள் அழுது அரற்றிய மூன்றடி பாடலான ‘முள்செடியின் அழுகை’ அவர்கள் மொழியில் பிரசித்தம்). இப்படி இப்படிப் பலர் எழுதினார்கள். கே. இருபதாம் நூற்றாண்டின் தொடக்கத்தில் அவர்களின் இலக்கிய வடிவங்கள் என்று கட்டுரை எழுதியிருந்தான். அக்கட்டுரையை வேறு யார் படித்தார்களோ இல்லையோ ஆனந்ததீர்த்தன் மட்டும் குறிப்பெடுத்துப் படித்தான். தேர்வுக்குப் போகிற மாணவனைப் போல் மிகச் சிரத்தையாகப் படித்தான். எனக்குத் தெரியும் விரைவில் சுவாரஸ்யமான செய்தி ஒன்றுடன் வருவான் என்று. ஆங்கில இலக்கியம் பல ஆண்டுகள் படித்து அமெரிக்காவில் சில ஆண்டுகள் பணியாற்றிவிட்டு ஒரு வெள்ளைக்காரியுடன் குடும்பம் நடத்துகிறான் என்ற சந்தேகம் வந்தவுடன் ஆனந்ததீர்த்தனுடைய மனைவி நாட்டுக்கு அழைத்தாள். அவனே இவற்றை எல்லாம் நகைச்சுவையுடன் என்னிடம் சொல்லியிருக்கிறான். ஆனால் கே. ஆங்கிலமும் படிக்கவில்லை; ஆங்கில இலக்கியத்தைப் படித்து அப்பாடத்தில் பட்டமும் பெற்றதில்லை. இளம் வயதில் கான்வெண்டில் படித்துவிட்டுப் பல்கலைக் கழகத்துக்கு வரும் பெண்களில் ஒருத்தியைக் காதலித்துத் திருமணம் செய்து வாழ்க்கையில் முன்னேறுவதுதான் ஏழைக் கிராமக் குடும்பம் ஒன்றிலிருந்து படித்து வந்த அந்தக்கால இளைஞன் கே.யின் இறுதி இலட்சியம். அதனால் அப்பெண்களிடம் பழகுவதற்காக ஆங்கில சினிமாக்களைப் பார்த்தும் பத்திரிகைகளைப் படித்தும் ஆங்கிலம் கற்றவன் கே. இருபதாம் நூற்றாண்டில் எந்தெந்த ஆங்கிலக் கவிஞரிடமிருந்து உத்வேகம் பெற்று கே.யின் மொழி இலக்கியம் 20-ஆம் நூற்றாண்டின் முதல் பகுதியில் உருவானது என்று கே. அந்த இலக்கிய வரலாற்றுத் தொகுப்புக்குக் கட்டுரை

அளித்திருந்தான். இங்கிலாந்தில் யாருக்கும் தெரியாத நபர்களின் பெயர்களை எல்லாம் இங்கிலாந்து கவிஞர்கள் என்று கே. எழுதியிருக்கிறான் என்று ஆனந்ததீர்த்தன் பொருமினான். பின்பு நகரத்திலிருந்து பாக்கு வியாபாரம் செய்யும் ஊர் இலக்கியச் சங்கத் தலைவரால் நடத்தப்படும் பத்திரிகையில் பல்கலைக்கழகம் வெளியிடும் இலக்கிய வரலாறு பற்றி "பாரெல்லாம் புகழும் நம் மொழியில் இறக்கப்பட்ட புளுகுமூட்டைகள்" என்ற தலைப்பில் ஒரு கட்டுரை எழுதி ஆனந்ததீர்த்தன் தனது ஆத்திரத்தைத் தீர்த்துக்கொண்டான். டென்னிசனையும் வர்ட்ஸ்வர்த்தையும் கே. தனித்தனிக் கவிஞர்கள் என்ற அறிவில்லாமல் "டென்வர்த்" என்று ஒரு புதுப்பெயரை அறிமுகப்படுத்தியுள்ளான் என்று ஆனந்ததீர்த்தன் குற்றம் சாட்டினான். ஆங்கிலேயர்கள், தங்கள் மொழியில் ஒரு புதுக்கவிஞனை கே. அறிமுகப்படுத்தியதற்கு கே.யை இங்கிலாந்துக்கு அழைத்து கௌரவப்படுத்த வேண்டும் என்று கேட்டுக் கொள்கிறேன் என்று கட்டுரையை முடித்திருந்தான்.

இவ்விஷயம் பல்கலைக்கழகத்தில் உடனே பரவியதால் கே. ஒருவாரம் தலைமறைவானான். நெஞ்சை நிமர்த்தியபடி அந்த ஒரு வாரம் நடமாடிக் கொண்டிருந்த ஆனந்ததீர்த்தன் அடுத்த வாரம் பத்திரிகையில் வந்த சிறு விளக்கத்தைப் படித்துப் பல்லை நறநறவென்று கடித்தான். அந்த விளக்கத்தில் டென்னிசன் மற்றும் வர்ட்ஸ்வர்த் என்று கே. எழுதிக் கொடுத்ததைப் பத்திரிகையில் அச்சுக் கோர்ப்பவர்கள் தவறுதலாக "டென்வர்த்" என்று அச்சுக் கோர்த்துப் பிழை செய்துள்ளார்கள். அதற்காகப் பத்திராதிபர் மன்னிப்புக் கேட்டுக்கொள்கிறார் என்றிருந்தது. அதுவும் கே. செய்த வேலை. ஒருவாரம் காணாமல் போன கே. உடல் நலமில்லாமல் இருந்ததாய் கூறியபடி, நானும் ஆனந்ததீர்த்தனும் கான்டீனுக்குப் போகும்போது எதிர்பட்டு "எப்படி இருக்கிறீர் ஆனந்ததீர்த்தன்" என்று எதையும் அறியாதவன் போல் பேசிவிட்டுப் போனான். கொஞ்சம் மரியாதை கூடியிருந்ததைக் கவனித்தாயா என்று வினவினான் ஆனந்ததீர்த்தன்.

ஆனந்ததீர்த்தன் அன்று மாலையிலிருந்து இலக்கிய வரலாற்று தொகுப்புக்குக் கே. கொடுத்த கே.யின் கையெழுத்திலிருக்கும் மூல கையெழுத்துப் படியைத் தேடிக் கண்டுபிடிப்பதில் மும்முரமாய் ஈடுபட்டான்.

கே. மறைந்த மறுவருடம் பல்கலைக்கழகக் குவர்டர்ஸின் அவனுடைய வீட்டை அவன் குழந்தைகள் படித்து முடிப்பது வரை காலி செய்ய வேண்டாம் என்று முதலமைச்சர் ஆணை பிறப்பித்திருந்தார். (அவர்கள் மொழியில் சிறுசிறு இலக்கிய சண்டைகளில் எல்லாம் முதலமைச்சர் ஈடுபடுவார்.)அதற்கும் அவன் வாழ்ந்த வீடு இருந்த வீதிக்கு அவனுடைய புகழ்பெற்ற ஒரு நூலின் பெயரை வைக்கவும் ஒரு விழா நடந்தது. அந்த நூலின் பெயர், சமஸ்கிருதச் சொல்லால் ஆன பெயர். அதற்கு அர்த்தம் 'மறந்துபோதல்' என்பதாகும். அந்தப் புத்தகத்தை ஆனந்ததீர்த்தன் ஆங்கிலத்தில் எனக்கு மொழிபெயர்த்து விளக்கினான். எல்லோரும் 'நினைவால்' கவிஞர்களும் நாவலாசிரியர்களும் எழுதுகிறார்கள் என்று விளக்குவார்கள். கே. என்ன செய்தானென்றால் கவிஞர்கள் மறதியிலிருந்து எழுதுகிறார்கள் என்று விவாதித்தான். அதனால் அவனுடைய நூல் மிகவும் புகழ்பெற்றது. இதை வழக்கம்போல் ஆனந்ததீர்த்தன், வேறு ஒரு மொழியிலிருந்து அடித்த காப்பி என்றான். கே. அந்தச் சொல்லை இன்னொரு மொழியிலிருந்து எடுத்திருக்கலாம். அவனுடைய மொழியின் முக்கியமான கவிஞரின் கவிதைகளை அவர் குடிபோதையில் எழுதியதை – எல்லாவற்றையும் அவர் மறந்தபோது – எழுதியதை அவர் இறந்த பிறகு அவர் எழுதிய டைரியைத் தேடி எடுத்து எந்தெந்த தேதியில் குடித்தார் எந்தெந்த தேதியில் குடித்துவிட்டுக் கவிதை எழுதினார் என்ற தகவலைத் திறமையாய் 10 பக்க அளவு தொகுத்து முக்கியமான கவிதைகள் என்று அந்த மொழிப் பள்ளிப்பிள்ளைகளுக்கு வைக்கப்பட்ட கவிதைகளை ஆதாரத்துடன் 'குடிபோதைக் கவிதைகள்' என்று எழுதி இறுதியில் "நாம் எல்லோரும் நினைவுடன் கவிதை எழுதுவதாய் நினைக்கிறோம், நம் மொழியின் தேசியக் கவிஞர் மறதியில் தான் முக்கியமான கவிதைகளை எழுதி நம்மொழிக்கு உலகப் புகழைத் தந்தார் என்று விவாதித்தான். எட்டுப் பதிப்புகள் மூன்று ஆண்டுகளில் கண்ட அந்த நூலுக்கு சாகித்திய அகாதெமி பரிசு கிடைத்தபோது குடிபோதைக் கவிதைகள் என்பதை "மறந்துபோதல் கவிதைகள்" என்று தலைப்பைத் திறமையாக மாற்றியிருந்தான். இப்படி இலக்கிய வரலாற்றையே மாற்றினான். கடந்த 20, 25 ஆண்டுகளாய் மறந்துபோதல்' பற்றியும் கே.யின் பெயரையும் குறிப்பிடாமல் இலக்கியக் கூட்டங்களும் டி.வி. விவாதங்களும் நடைபெறாது என்ற அளவு 'மறந்துபோதல்' என்ற சொல் புகழ்பெற்றுவிட்டது.

பல வருடங்களாய் அவன் பெயர் அந்த மொழியில் ஒரு முக்கிய முத்திரைபோல் ஆகியிருந்தது. அவனை விமரிசிப்பவர்கள் இருந்தார்கள். அவர்களின் பேச்சு எடுபடவில்லை. அவனுடைய மாணவர்களும் மாணவிகளும் நாங்கள் கே.யின் மாணவர்கள் என்று சொல்வதில் பெருமைப்பட்டார்கள். தலைநகரில் அவனுடைய பெயர் பரவியிருந்ததுபோலவே சிறுகிராமங்களிலும் அவனுடைய பெயர் பரவியிருந்தது. அதை நானே கண்கூடாகப் பார்த்தேன். ஏதோ வேலையாய் நான் மலைப்பக்கத்துக் கிராமத்தில் இருந்த தூரத்து ஹோட்டல் ஒன்றில் தங்கியிருந்தபோது ஹோட்டலில் என் முகவரியை எழுதிய லெட்ஜரின் மூலம் தலைநகரின் மொழித்துறையில் நான் கே.யுடன் வேலைபார்த்தவன் என்பதை அறிந்த ஹோட்டல் மானேஜர், "உண்மையிலேயே நீங்கள் கே.யுடன் வேலை பார்த்தவரா" என்று கண்கள் அகலவிரிய என்னை ஒரு அதிசயப் பொருளாய் பார்த்தான். கே.யைப் பற்றி 5-ஆம் வகுப்பில் சில ஆண்டுகளாய் கே.யின் உருவப்படத்துடன் பாடம் ஒன்று இருந்தது. ஏழைக்குடும்பத்தில் அவன் பிறந்ததும் அவர்களின் 1 ½ கோடி மக்கள் – அம்மக்கள் கழுதைப்புலி வம்சராஜர்களின் வழித் தோன்றல்கள் என்பது பெருமைக்குரியது என்ற பிரஸ்தாபத்துடன் – பேசும் சிறிய மொழியை அமெரிக்காவில் கற்பித்தவன் என்பதும் முக்கியக் கருத்துக்களாக இருந்தன. அதுபோல் அம்மக்களின் மலைப்பிரதேச பாரம்பரிய கதைகளைப் பல்வேறு சிரமங்களுக்கிடையில் தொகுத்தவன் என்பதும் அதனால் அவன் பெரிய இலக்கியவாதி (ஸாகிதி)என்றும் அவனுக்குரிய புகழுக்குக் காரணங்களாகக் குறிப்பிடப்பட்டன. 'ஸாகிதி' என்பவர்கள் எப்போதும் புகழுக்குரியவர்கள் என்று அம்மக்களிடம் ஒரு கருத்து இருந்தது.

அவன் இறந்து 25 ஆண்டுகளுக்குப் பிறகு (அவன் இறந்தபோது அவனுக்கு 46 வயது) விழாக்குழு அவனுடைய நினைவைப் போற்ற ஒரு பெரிய இலக்கிய விழாவை நடத்தியது. மேடையில் கே. மீது ஒருமுறை அவதூறு பேசிய அவனுடைய முன்னாள் அசோசியேட் அமர்ந்திருந்தான். 25 ஆண்டுகளுக்குப் பிறகு பார்க்கிறேன். மூன்று நாள் விழாவில் மூன்றாம் நாள் அந்த மாநில முதலமைச்சர், கே. பெற்ற புகழும் அவனுடைய இலக்கிய விளக்கங்களும் எவ்வளவு புதுமையானவை என்று ஒரு சொற்பொழிவு செய்தார்.

மேடையில் கே.யின் மனைவி சரஸ்வதி அமர்ந்திருந்தாள். மிகப்பெரிய, குருவிக் கால்கள் போன்று தோற்றம் தரும் அவர்களின் மொழியில் நான் இதுவரை கேள்விப்படாத கே.யின் பொன்மொழி எழுதப்பட்டிருந்தது.

"வெற்றி என்பது ஒழுங்கு; ஒழுங்கில்லாதது Evil" என்று கடைசி சொல் ஆங்கிலத்தில் எழுதப்பட்டிருந்தது.

இந்தமாதிரி ஆங்கிலச் சொற்களைப் பயன்படுத்துவதை ஒரு மரபுபோல அவர்கள் மொழியில் செய்தவன் கே. என்று ஒரு கருத்தைச் சிலர் பேசுவதைக் கேட்டிருக்கிறேன். அது உண்மையோ பொய்யோ கே.யின் பெயரைச் சொன்னால் எல்லோரும் தங்களுக்கும் தாங்கள் சொல்வதற்கும் அங்கீகாரம் அந்த மக்கள் அளிப்பார்கள் என்று எண்ணியது என்னவோ உண்மை.

வெகுநேரம் ஆடல் பாடல்கள், கவிதை வாசிப்பு என்று தொடர்ந்த விழாவில் கே. தொகுத்த மலைப்பிரதேச கதைகள் நடித்துக் காட்டப்பட்டன. எல்லா கதைகளையும் கே.யின் ஆவி சொல்வதுபோல் கற்பனை செய்து நடித்துக் காட்டினார்கள். எனக்கு எப்போதோ இறந்துபோன ஆனந்ததீர்த்தனும் ஞாபகத்துக்கு வந்தான். யாருக்கும் தெரியாதவனாய் ஆனந்ததீர்த்தன் மாறிப்போனதை நினைத்த எனக்கு ஆனந்ததீர்த்தனின் ஆவி, இப்போது இந்த விழாவைப் பார்த்தால் எத்தகைய விமரிசனத்தை முன்வைக்குமென்று விநோதமாய் ஒரு கேள்வி தோன்றியது. அத்துடன் அந்த மேடையில் அமர்ந்து, அன்றைய அசோசியேட் (துணை ஆய்வாளன்) கே.யைப் பற்றி இன்று "தன்னை ஆளாக்கியவன் கே." என்று கண்ணீர் விட்டதைப் பற்றி அந்த ஆவி என்ன நினைக்கும் என்றும் கேட்கத் தோன்றியது. கே.யின் துணைவனாக அந்தக் காலத்தில் இருந்த துணைஆய்வாளன் கே.யை இப்படிப்புகழ்ந்தான்: தன் விரோதிகளும் கூட அவனைத் தொடர்ந்து நினைத்துக் கொண்டிருக்கும்படி கருத்துக்களைத் தன் நூல்களில் வைத்துள்ளதால் இன்னும் ஒரு நூறு ஆண்டுகளுக்கு அவன் புகழ் மறையாது என்றான். "சரித்திரத்தில் பல விஷயங்கள் புரியாதவை" என்ற கே.யின் மேற்கோள் இப்போது எனக்கு ஞாபகம் வந்தது.

∴

புத்தகக்கடை

ஒருவன் கடைகள் வரிசையாய் இருந்த தெருவில் வலதுபுறமாகத் திரும்பித் திரும்பித் தான் தேடிவந்த பெயர்ப்பலகைத் தெரிகிறதா என்று பார்த்தபடி அவனுடைய காரில் சென்றுகொண்டிருந்தான். ஸ்டியரிங்கைப் பிடித்தபடி காரில் அமர்ந்து உடலை வளைத்துச் சிரத்தையாய் எதைத் தேடுவதற்காகப் போய்க்கொண்டிருந்தான் என யாரும் கேட்கும்படி இருந்தது அவன் செயல்.

இடிபாடுகளுக்கிடையே புதியதாய் நிர்மாணிக்கப்பட்டுக் கொண்டிருக்கும் நகரம் பொய்சொல்லி வழி கேட்பவர்களை ஏமாற்றும் பல நபர்களைக் கொண்டிருக்கிறது என்பதை நாற்பது ஆண்டுகளுக்கு முன்பு முதன்முதலாய் அங்கு வேலை தேடி வந்தபோதே அறிந்திருந்தான். அப்போது அவனுக்கு கார் வாங்கும் அளவு செல்வம் இல்லை. எனினும் இடுபாடுகளுக்கிடையில் புது நகரங்களை நிர்மாணிப்பதில் பெயர்போனவர்கள் தாங்கள் என்று பிரதம மந்திரி அடிக்கடி கூறும் நாட்டில் இருப்பது இந்த நகரம் என நினைத்தான்.

இவன் பெயர்ப்பலகை ஒன்றைத் தேடியபடியே சென்றாலும் உண்மையில் தேடுவது ஒரு புத்தகக்கடையை. மிகப்பெரிய புத்தகக்கடை. நீங்கள் புத்தகம் படியுங்கள் என்று எல்லோரும் எப்போதும் பேசுவதாலோ என்னவோ இவன் புத்தகம் படிப்பவனாகவே சிறு வயதிலிருந்து மாற ஆரம்பித்தான். இவன் வாழ்க்கையில் அதிகமான நேரத்தைப் புத்தகம் படிப்பதற்கும் தூங்குவதற்கும் பயன்படுத்தினான். தூங்குவதால் - எங்கும், எப்போதும், எப்படிப்பட்ட முறையிலும் தூங்குவதால்தான்- இவன் இப்படிப் புத்தகம் படிப்பவனாகிவிட்டான் என்று புத்தகம் படிக்கத் தெரியாத இவன் தாய், பல காலமாய்ச் சொல்லிய பின்பு ஒருநாள் இறந்தும் போனாள்.

தூரத்தில், நீண்ட கால்சட்டையும் கிராப் தலையும் கொண்டு ஓரளவு தாடியுடன், பள்ளியிலிருந்து திரும்பி வந்த பள்ளி யூனிபார்ம் அணிந்த ஒரு சிறுமியுடன் நின்றிருந்தவன் கண்ணாடி அணிந்த மனிதன்.

இவன் காரை ரோட்டோரம் இருந்த பெரிய மர நிழலில் (ஏற்கனவே இரண்டு கார்கள் அந்த நிழலில் நின்றன) நிறுத்திவிட்டுத் தலையைத் தரையை நோக்கிக் கவிழ்த்தபடி அந்தத் தாடிக்கார மனிதனை அணுகிய பின்பு இம்மனிதனிடம் கேட்கலாமா கூடாதா என்று சற்றுத் தயங்கியபடியே கேட்டான்.

“ஸார், ஒரு பெரிய புத்தகக்கடை இந்தப் பகுதியில் இருக்கிறது. பிரபலமான புத்தகக்கடை. எப்படிப் போக வேண்டும்?”

அந்த மனிதன் தெரியாது என்று சொல்லப் போகிறான் என்று எதிர்பார்த்த போது அம்மனிதன் அந்தக்கடை தானே ‘ப்பூ’ இது என்ன பெரிய விஷயம், என்று கருதுவதுபோல் முகத்தில் ஒரு பிரகாசம் காட்டிவிட்டு, ஐஸ் கிரீமை கையில் பிடித்தபடி தின்னும் பள்ளிக்குப் போய் வந்து அவனுடன் காணப்பட்ட சிறிய பெண்ணைப் பார்த்தபடி பதில் தந்தான்.

“ஸார் இவள் உங்கள் மகளா” என்று கேட்ட இரண்டாவது கேள்வியைக் கவனிக்காதவன்போல் தாடிக்காரன் பதில் தந்தான். அவனுடைய மோதிரம் அணிந்த வலது கை மெதுவாய் வாயைத் தடவியபடி இருக்கப் பதில் சொன்னான்.

“நீங்கள் நேராகச் சென்றால் ஒரு சர்க்கிள் வரும். உடனே வலதுபக்கம் திரும்பவேண்டும். அதன்பின்பு அப்படியே செல்லும்போது இரண்டாவது வலது பக்க ரோட்டில் திரும்பும்போது ஒரு பெட்ரோல் பங்க் வரும். அதைத்தாண்டி சுமார் ஒரு கிலோ மீட்டர் போனால் முதல்முறை இடது பக்கம் தெரியும் ரோட்டில் சென்றால் ஒரு சர்க்கிள் வரும். அந்தச் சர்க்கிளில் நின்று பார்த்தால் நீங்கள் தேடும் புத்தகக்கடை தென்படும்.”

அவன் சொன்னது ஓரளவுதான் புரிந்தாலும் தன் கார் நின்ற இடத்துக்குச் சென்று திரும்பிப் பார்த்தபோது அந்த மனிதன் தன்னை ஏமாற்றவில்லை என்று நம்பினான் காரில் வந்தவன்.

அந்த நம்பிக்கையை ஒதுக்க மிகவும் முயற்சி மேற்கொள்ள வேண்டியவனான கார் ஓட்டுபவன், முதல் சர்க்கிளை இப்போது அடைந்தான். இந்தப் பகுதிக்குப் படிக்கும் காலத்தில் அவன் வந்திருக்கிறான். இப்பகுதியில் ஓரிரண்டு பழைய பங்களாக்கள் இருந்தன என்று அவன் நினைவு படுத்திக்கொண்டான். நாடு முன்னேறுகிறது. ஒருமுறை நாட்டை ஆண்டப் பிரதமர் எமெர்ஜென்சியைப் பிரகடனப்படுத்தினார். அதன்பிறகு அந்தப் பிரதமரைக் கொன்றார்கள். அதன்பின்பு, அதன்பின்பு, என்று பிரதமர்கள் வந்தார்கள். இவன் காரை மெதுவாய் வலதுபக்க மிரரையும் இடதுபக்க மிரரையும் கவனித்தபடி ஓட்டியபடியே சர்க்கிள் வந்ததும் திரும்பி வலது பக்கத்தில் வரும் இரண்டாவது வலது பக்க ரோட்டில் வலது கையை வெளியில்போட்டு ஆட்டியபடியே திரும்பினான். வழியில் டெய்லர்கடை, இஸ்திரிகடை, சிட்பண்ட், பேப்பர்வெட்டும் மெஷின் இருக்கும் கடை, ஜெராக்ஸ் கடை, ப்யூட்டி பார்லர், ஆண்கள் முடிவெட்டும் கடை என்று வரிசை வரிசையாகப் பல கடைகள் இருந்தன. ஒரு போஸ்ட் ஆபீஸும் இருந்தது. தனக்கு வழிகாட்டிய தாடிக்கார மனிதனுடன் நின்றிருந்த பெண் குழந்தைபோல் இரண்டு மூன்று பெண் குழந்தைகள் தாய்மாருடன் நடந்து சென்றனர்.

காரை மெதுவாக ஓட்டியபோது தனக்கு வழிகாட்டிய மனிதனிடம் இது உங்களின் குழந்தையா என்று மீண்டும் மீண்டும் கேட்டுப் பதில் பெற்றிருக்கவேண்டும் என்ற எண்ணம் வந்தபோது இவனைக் குற்ற உணர்வு தொத்திக்கொள்ள ஆரம்பித்தது. முன்பும் குற்ற உணர்வும் கொண்டவன்தான் இவன். எனினும் சமீபகாலங்களில் எதற்குக் குற்ற உணர்வு என்று சொல்ல முடியாதிருந்தது. ஒரு மாதத்துக்கு முன்பு, யாருமில்லாத நகரத்தின் மூலையில் சென்று வேலை செய்துவிட்டுத் திரும்பிக் கந்தலாடையுடனும் பஞ்சடைத்த கண்களுடனும் வந்து உணவு தயார் செய்து உண்டு உறங்கும் அடித்தட்டு மக்கள் வாழும் குடிசைப் பகுதியில் இரவு 9 மணிக்கு ஓடிவந்த குழந்தையின் மீது கார் ஒருமுறை ஓடியபோதும் குற்ற உணர்வு ஏற்பட்டது. மாடி வீடுகளும் பரந்த வீதிகளும் நகரின் பணக்காரர்களும் உயரதிகாரிகளும் வசிக்கும் ‘விகார்’ என்று அழைக்கப்படும் மேட்டுக்குடியினர் வாழும் பகுதியில் ஓடிய மேட்டுக்குடி நாயின்மீது தன் கார், ஒரு தடவை ஏறியதும் நாய், துடிதுடித்துச் செத்தபோதும் குற்றஉணர்வு ஏற்பட்டதால் பக்கத்துச் சந்தில்

கார்ப்ரேஷன் நீர்குழாயிலிருந்து நீர் எடுத்து ரத்தம் தோய்ந்த சக்கர டயர்களைக் கழுவினான்.

அதன்பின்பு எல்லாம் மறந்து இளஞ்சூரியன் வீசும் அன்று காரை இரண்டு பக்க டோரின் கண்ணாடியைக் கீழிறக்கிவிட்டு வீசும் காற்றை அனுபவித்தபடி ஓட்டியபோது ஒரு குழந்தையின் கையிலிருந்த பந்து வந்து காரில் விழுந்து, அதன்மீது சக்கரம் ஏறி பந்து படார் என்று சப்தத்துடன் வெடித்தது. ஆனால் உடைந்த பந்துதான் அவனை மிகவும் குற்ற உணர்வு கொள்ள வைத்தது என்று சொல்வதுதான் பொருத்தம்.

பெண்குழந்தையுடன் நின்ற தாடிக்காரன் சொன்னதுபோல் ஒரு பெட்ரோல்பங்க் வந்தது. அதைத்தாண்டி ஒரு கிலோமீட்டர் போனதும் மீண்டும் முதல் இடதுபுறமாய் ரோட்டில் திரும்பி, காரை மெதுவாய் செலுத்தியபோது சிறுபெட்டிக்கடைகளும் உணவு விற்கும் சிறிய கடைகளும் வடை சுடும் கடைகளும் பழைய பேப்பரை நிறுக்கும் கடைகளும் வரிசை வரிசையாகத் தென்பட்டன. சர்க்கிள் பற்றி தாடிக்காரன் சொன்னது மறந்துவிட்டது. அதனால் தவறான இடத்தில் தேடினான். புத்தகக்கடை இந்தத் தெருவில் இருப்பது சாத்தியமில்லை என்று அவனுடைய உள்ளுணர்வு கூறினாலும் கண்கள் கடைகளைத் தேடியதை அவனால் தடுக்கமுடியவில்லை.

ஒரு பக்கம் பெரிய கட்டடங்களும் அதில் செயல்பட்ட கடைகளும் தெரிந்ததும் இன்னொரு பக்கம் சிறிய கட்டடங்களும் குப்பைக் கூளங்களும் காணப்பட்டதும், அத்துடன் காற்றில் பறக்கும் கிழிந்த பழைய நியூஸ்பேப்பர்களும் அவனை உறுத்தின. எல்லா இடமும் தாழ்ந்த தரத்தில் இருக்க வேண்டும்; அல்லது எல்லா இடமும் பணக்காரர்கள் வசிக்கும், அதுபோல் அவர்கள் பொருள் வாங்க வரும் இடங்களாக ஏன் இருப்பதில்லை என்று ஒரு கேள்வி அவனிடம் தோன்றியது. இவனுடைய முதல் மனைவி திருமணமாகி இரண்டு ஆண்டுகள் அவனுடன் வாழ்ந்தவள் கடைசியாகக் கேட்ட கேள்வி இவன் ஞாபகத்தில் இப்போது வந்தது.

இவனுடன் பல்கலைக்கழகத்தில் படித்தவள். தேர்வு நடந்து கொண்டிருந்த போது பக்கத்தில் இடதுபக்கம் அமர்ந்திருந்த பெண் தனது வகுப்பில் படிப்பவள் என்பது கூடத் தனக்குத் தெரிந்து

கொள்ளும் அக்கறை இருந்ததில்லை. அவள் உரிமையுடன் அவன் எழுதி முடித்திருந்த கேள்விக்கான பதிலைக் கேட்டாள். வழக்கம் போல் தைரியமில்லாமல் மறுபக்கம் இவன் பார்த்தாலும் பலவந்தமாகத் தனது பதில் எழுதிய தாளை உருவி வைத்துக் காப்பி அடித்த அந்தப் பெண்ணை அவன் திருமணம் செய்தான். எப்போதுமே அந்தப் பெண் தனக்கு ஏற்றவள் அல்ல என்று தெரிந்திருந்தும் விதி என்கிறார்களே அது சரஸ்வதிகுமாரி என்ற பெண்ணின் உருவில் வந்தது. தேர்வில் பலவந்தமாய் தன்னுடைய தாள்களை அறையில் நின்ற விரிவுரையாளர் இல்லாதபோதும் இருந்தபோதும் உருவி வைத்துக் காப்பி அடித்தாள். அப்புறம் அவனுடன் பழக்கம் அதிகரித்த பின்பு அந்த ஆசிரியர் தான் காப்பி அடித்ததைக் கண்டுகொள்ளமாட்டார். ஏனெனில், அவருடைய இடது தொடையில் உள்ள மச்சம் தனக்குத் தெரியும் என்றாள். இப்படிப்பட்ட பெண் சொல்வது எப்போதும் சற்று பிந்தியே புரிந்தது. அதுபோல் அன்றும் அப்படி அவள் சொன்னபோது அவள் சொன்னதன் அர்த்தம் சற்றுப் பிந்தியே புரிந்தது.

பெண் குழந்தையுடன் தாடியுடன் நின்று புத்தகக் கடைக்கு வழிசொன்னவனின் நினைவு வந்தது. அதனோடு அவன் சொன்ன பாதையும் நினைவு வந்தது. ஒரு இடதுபுறம் அல்லது வலது புறம் திரும்பும் பாதை. அவன் மனம் இடதுபுறம் திரும்பு என்று கட்டளை இட்டது. அவன் சொன்ன பாதை இடதுபாதையா என்று தன் மனதிடம் கேட்டால் மனது தெரியாது என்று சொல்லிவிட்டால் என்ன செய்வது. எனவே தன் மனதிடம் கேட்பதில்லை என உறுதிபூண்டவனுக்குத் தன்னை விட்டுப் பிரிந்தபோது சரஸ்வதிகுமாரி, கடைசியாய் என்ன சொன்னாள் என்று யோசனை வந்தது. வழி சொன்னவன் கூறியபடி தான் செல்லவில்லை என அறிந்தான்.

அதற்கிடையில் தான் ஓட்டிய காரின் முன்பு பாய்ந்து வந்த நாயைத் தன் கண்கள் பார்த்ததை உணர்ந்தான். இலேசாய் அப்போது ஒரு குறுஞ்சிரிப்பு அவன் இதழ்களில் தோன்றி மறைந்தது. தனக்கு ஞாபகமின்றியே தன் கால்விரல்கள் காரை வேகம்கூட்ட வைப்பதை அவன் அறிவான். ஆனால் நாய்க்கு யோகமில்லை; உயிர்போகாமல் தப்பிவிட்டது. ஆக்ஸிலேட்டரை அழுத்தும் தன் வலதுகால் பெருவிரல் மிகவும் கஷ்டப்பட்டதை உணர்ந்தான்.

சரஸ்வதிகுமாரி கடைசியாய் என்ன சொன்னாள்?

மீண்டும் தான் ஓட்டும் கார் மெதுவாய்ப் போக, புத்தகக்கடை இருக்கிறதா என்று இவன் கண்கள் இரண்டுபக்கமும் ஓடின. இப்போது அவன் விரும்பாத ஒரு கேள்வி அவனுக்குள் உதித்தது. ஒருவேளை----------? ஆம், ஒருவேளை------- அவன் பொய்யாய் அந்தப் புத்தகக்கடை தனக்குத் தெரியாவிட்டாலும் என்னை ஏமாற்றும் நோக்கில் அந்தப் புத்தகக்கடை தெரியும் என்று சொல்லியிருந்தால்?

இப்படி யோசித்தபோது இவனுக்குத் தன்மீது பரிதாபமும் அந்த மனிதன்மீது கோபமும் ஏற்பட்டது. காரை நிறுத்தித் திரும்பிப் போய் அவனிடம் தெரியாத அந்தப் புத்தகக் கடை பற்றி ஏன் பொய் சொன்னாய் என்று கேட்கவேண்டும் என்ற எண்ணம் தோன்றியது. அந்த எண்ணம் தன் காரில் அடிபட ஓடிவரும் பிராணிகளைப் பார்க்கையில் தன்கால் பெருவிரலுக்குள் ஏறும் வெறிபோல் இவனைப் பிடித்தாட்டுமென்பது அறிந்தவனாகையால் ஒரு திருப்பத்தில் காரை நிறுத்தி ரிவர்ஸ் எடுத்தான். வந்த பாதைகளையும் சர்க்கிள்களையும் பெரும்பாலும் மறந்த அவனுக்கு ஏதோ ஒரு உள்ளுந்துதல் வெளிச்சம் தந்தது. அந்த உள்உந்துதல் சொன்னபடி இடது, வலது என்று காரை சற்று வேகமாய் ஓட்டி பெண் குழந்தையுடன் நின்ற தாடிக்காரன் முன்பு நின்ற அதே இடத்தில் நின்றதைக் கண்டு காரை முன்பு நிறுத்திய இடத்துக்கு எதிர்திசையில் மறுபக்கம் நிறுத்தினான். இடதுபுறமும் வலதுபுறமும் வேகம் வேகமாகப் போய்க்கொண்டிருக்கும் வாகனங்களை லாவகமாய் கடந்து ஓட்டமும் நடையுமாய் சென்று அந்த மனிதனைக் கைகளால் பற்றினான். அந்த மனிதனின் முகம் இவனை எதிர்பார்த்ததுபோல் இருந்தது. அவன் தன் முகத்தில் எந்தவித உணர்வும் வெளிப்படாதவாறு கேட்டான்.

“ஸார், புத்தகக்கடையைக் கண்டுபிடித்தீர்களா?”

“கண்டுபிடித்தால் காரை ரிவர்ஸ்செய்து நான் ஏன் உங்களைத் தேடி வருகிறேன்.”

“ஓ... கடை கிடைக்கவில்லையா? இருக்கிறது ஸார். எனக்குத் தெரியும் அந்தக் கடையை. நீங்கள் நான் சொன்னபடி போனீர்களா?”

“நீங்கள் சொன்னபடியே போனேன்” என்று அசிரத்தையாய் இவன் சொன்னவுடன் பரீட்சை வைப்பவரின் தோரணையில் அந்த மனிதன் இவனிடம் இப்படிச் சொன்னான்.

“சரி, சொல்லுங்கள். எப்படிப்போனீர்கள். பார்க்கிறேன். சரியான ரோட்டில்தான் போனீர்களா, சரியான திசையில்தான் போனீர்களா என்று நான் தெரிந்துகொள்ள வேண்டும். சொல்லுங்க” என்று இவன் கையைப் பிடித்தான் அந்த மனிதன்.

இவன், அந்த மனிதனின் உறுதியான பேச்சைக் கேட்டவுடன் ஒருவேளை தான்தான் தவறான பாதையிலோ, தவறான திசையிலோ மறந்தபடி போனோனோ என்று முதன்முதலாகச் சந்தேகப்பட்டான். எனினும் தன் பலகீனத்தைக் காட்டிக்கொள்ளக் கூடாதென்று எண்ணியபடி சொன்னான்.

“இல்லை இல்லை.... நான் உறுதியாகச் சொல்கிறேன். நீங்கள் சொன்ன அதே திசையும் அதே பாதையும் நான் நன்கு மனதில் பதித்திருந்தேன். அதனால் நான் மறக்கவில்லை. என்னை நீங்கள் அறியமாட்டீர்கள். அறிந்தால் அப்படிக் கூறமாட்டீர்கள். ஞாபகசக்தியில் என்னை யாரும் மிஞ்ச முடியாது...”

இப்படிச் சொல்லும்போதே இவன் குரல் சுரத்தில்லாமல் ஆனது. தன் குரல் தன்னைக் காட்டிக் கொடுத்துவிடுமோ, தான் அந்த ஆள் சொன்ன எல்லாத் தகவல்களையும் பின்பற்றி சரியான பாதைகளைப் பின்பற்றினேனா என்று இவன் சந்தேகம் அடைய ஆரம்பித்தபோது இவன் அந்த இடத்திலிருந்து தப்பிவிட வேண்டுமன்று கருதினான். தன்னைத் தப்பியோட இம்மனிதன் விடமாட்டானோ என்ற எண்ணமும் கூடவே எழுந்தது. ஏனெனில் அவனுடைய பிடி பலமாக இறுகியிருந்தது.

திடீரென்று “சரிதான் நீங்கள் சொன்னதைப் பின்பற்றாமல் ஓரிடத்தில் பாதை மாறித்தான் போனேன். மன்னித்துக் கொள்ளுங்கள்” என்று கூறிவிட்டு விறுவிறு என்று தன் கார் நின்ற மறுபக்கம் சாலையில் பாயப்போனான்.

“ஸார், கவனம்” என்றான் அந்த ஆள்.

"நன்றி ஸார்," என்றான் அதற்கும் இவன். இன்னும் சென்றுகொண்டிருக்கும் வாகனங்கள் அவனுக்கு சாலையைக் கடக்க இடம் கொடுக்கவில்லை.

"ஸார் ஒரு நிமிடம். நான்காவது தடவை இடதுபுறம் திரும்பும்போது ஒருவன் பழைய சாவிகொத்துகள் தொங்கப்போட்டபடி பூட்டுகளுக்குத்தக்கச் சாவிகளை உரசி புதிதாய் செய்தபடி இருப்பான். யாரிடம் கேட்டாலும் சொல்வார்கள். போனமுறை இதை நான் உங்களுக்குச் சொல்ல மறந்துவிட்டேன். ரொம்ப ஸாரி. அது பெரிய பிழை... மன்னிச்சுக்குங்க... ரொம்ப ஸாரி."

இவன் "பரவாயில்லை" என்றான். அந்த மனிதன் சிறுபெண்ணைக் கையில் பிடித்துக்கொண்டு இவன் அருகில் வந்து தோள்களில் கைவைத்துத்தட்டியபடி "ரொம்ப ஸாரி" என்றான். இவன் இரண்டாம் முறை பரவாயில்லை என்றான். அப்போது அடுத்த வரிசை வாகனங்கள் ரோட்டை நிறைத்ததால் இவன் ஓரமாய் சற்றுத்தள்ளி நின்றான். அந்த மனிதன், இவனருகில் வரலாமா என்று யோசித்தபடி முன்பு நின்ற இடத்திலேயே நின்றான்.

இவன், வாகனங்கள் எப்போது நிற்கும் எப்போது ரோட்டைத் தாண்டி தன் கார் நிறுத்தப்பட்டிருக்கும் இடத்துக்குத் தன்னால் போகமுடியும் என்பதிலேயே குறியாய் இருந்ததால் அந்த தாடிக்காரன் என்ன யோசனையில் ஆழ்ந்தபடி நிற்கிறான் என்று தெரிந்து கொள்ளவில்லை. ஆனாலும், அந்த மனிதன் தன்னருகில் வரும் சாத்தியப்பாட்டை உணர்ந்ததால் இன்னும் பத்து அடி தள்ளி நின்று வாகனங்கள் காலி ஆகி எப்போது பாதையில் மறுபக்கம் போக முடியும் என்று எண்ணி குனிந்து வாகனங்களை உன்னிப்பாய் பார்த்தபடி நின்றான். திடீரென்று தான் ஒரு முட்டாள் என உணர்ந்தான். வாகனங்களுக்கிடையில் பாய்ந்து உயிரை விட்டுவிடலாமா என்றும் ஒரு எண்ணம் இவனுக்குத் தோன்றாமலில்லை.

இறுதியாய் பத்திரமாய் ரோட்டைத் தாண்டி தன் காரின் கதவுகளைத் திறக்கும் சாவியின் பாட்டரியை அழுத்தித் திறந்த கதவு வழி ட்ரைவர் சீட்டில் அமர்ந்து காரை ஸ்டார்ட் செய்தான். திரும்பி அந்த ஆளைப் பார்க்கக்கூடாது என்று உறுதியாக இருந்தான். அடிக்கடி அப்படி எழும் மனஉறுதி அவனுக்கு ஆச்சரியத்தைத் தந்தது. திடீரென காரின் ஆக்ஸிலேட்டரை

அழுத்திக் காரை வேகம் கூட்டிப் பாதையில் குறுக்காய் பாயும் ஒரு தடியனை வாய்க்குள் திட்டியபோது இரண்டு ஆண்டுகள் அவனுடைய மனைவியாக வாழ்ந்தவள் நினைவில் வந்தாள். முப்பது ஆண்டுகள் ஆகிவிட்டன. அவளுடைய ஒல்லியான மூக்கு, சிறிய உதடுகள், நீண்ட ஒல்லியான தாடை என்று நினைவுக்கு வந்தன. யாரையாவது திருமணம் செய்திருப்பாள். உடல்ரீதியாக மிகவும் ஆண்கள் தேவைப்படும் பெண் அவள். இது அவனுக்கு நன்றாகத் தெரியும். இரவுகளில் பாடியபடி குளித்துவிட்டுத் தன்னைப் பார்த்துப் பார்த்து நீண்ட கூந்தலை உலர்த்தியபடியே இருட்டும் மங்கலான வெளிச்சமும் கலந்த ஒரு அறையில் நிற்கிறாள். தலைமுடி கொஞ்சம் நரைத்திருக்கிறது. உடல் பருக்கவோ, மூக்கின் கூர்மை குறையவோ இல்லை. அவளைப் பார்க்கிறபோது அப்போதெல்லாம் வடக்குப் புறத்திலிருந்து ஓசைஎழுப்பும் பல்லி இவனுக்கு ஞாபகம் வரும். முப்பது ஆண்டுகள் மறைந்து அவளும் அவனும் இன்றும் ஒன்றாய் வாழ்வதுபோல் படுகிறது.

அவன் காரை ஓட்டியபடி அதே பாதையில் சற்றுதூரம் போனான். பின்பு 'யு' திருப்பம் செய்து மெதுவாய் ஓட்டிக்கொண்டு வரும்போது தனக்கு வழிகாட்டியவன் நிற்கிறானா என்று பார்க்கிறான். அவன் நிற்பது தெரிகிறது. அவன் கையைப் பிடித்தபடி ஒரு சிறு பெண் நிற்கிறாளா என்று பார்த்தான். அவளும் நிற்கிறாள். நல்ல காலம் அந்த மனிதன் இவனைப் பார்க்கவில்லை. காரை ஓட்டிக்கொண்டு வந்த பின்பு தலையைத் திருப்பிப் பார்த்தபோது அந்த மனிதன் தூரத்தில் காட்சிக்கு அப்பால் தூரமாகி மறைகிறான். 'ஓ காட், நல்ல காலம் அவன் என்னைப் பார்க்கவில்லை' என்று கூறுகிறபோது இவன் நெற்றியில் வியர்வை அரும்புவது இவனுக்குத் தெரிகிறது. தெரிவதும் அது உடலில் அனுபவமாவதும் இரு வேறுபட்ட அனுபவங்கள் என்று தெரிந்த விஷயம் அவனை ஆசுவாசப்படுத்துகிறது. அப்போது முன்புபோல் காரின் கண்ணாடி வழியாகப் பார்த்தபடியே புத்தகக்கடையை இந்தமுறை தவறவே விடக்கூடாது என்று பலவீனமான தன் மனதைத் திடப்படுத்துகிறான். மீண்டும் அந்த மனிதன் என்ன சொல்லித் தன்னை அனுப்பி வைத்தான் என்று யோசித்தான். அதே நேரம் அவன் என்ன சொல்லி அனுப்பி வைத்தால் என்ன? எனக்கு அந்தப் புத்தகக்கடையைக் கண்டுபிடிக்கும் அளவு சாமர்த்தியம் இல்லையா என்று தன்

மனதிடம் கேட்டபோது வலதுபுறமாக முன்பு திரும்பிய பாதை வந்தது. மெதுவாய் முன்பு வந்தபோது செய்தது போலவே காரின் பிரேக்கில் கால்வைத்து காரை வேகம் குறைக்க வைத்து, எதிரில் வரும் ஆட்டோவைப் பார்க்கிறான். யாரும் இல்லாத வெற்று ஆட்டோ. ஓட்டுநனாவது அந்த ஆட்டோவில் இருக்கிறானா என்ற கேள்வி தோன்ற ஆட்டோ ஓட்டுநன் இல்லாமல் ஆட்டோ எப்படி ஓடும் என்று மறுகேள்வி தோன்றியபோது மனம் சமாதானமடைந்தது. மீண்டும் ஐஸ் விற்கும் கடைகள், டெய்லர் கடைகள், பெண்களின் சாரியைத் தொங்கவிட்டு அவற்றை வியாபாரம் செய்யும் கடைகள் என்று ரோடு முழுவதும் இருக்கும் கடைகளைப் பார்த்தபோது சாதாரணங்களைக் கண்டு மனம் ஆயாசமும் சோர்வும் அடைவதிலிருந்து தப்புவது எப்படி என்று யோசிக்கிறான். தன் வாழ்வு மிகவும் அதிகமான சாதனைகளைச் செய்வதற்காக விதிக்கப்பட்டது என்று ஓர் உணர்வு ஏற்பட்டபோது காரை மெதுவாய் இடதுபுற ஓரமாய் நிறுத்திவிட்டு மீண்டும் மீண்டும் யோசிக்கிறான்.

யோசனையில் ஏதும் தோன்றவில்லை. ஏதும் தோன்றாததின் அர்த்தமென்ன என்று ஒரு வாக்கியம் இப்போது ஒரு சமீபத்திய சினிமாவின் புகழ்பெற்ற பாடல்போல இவன் மனதில் மீண்டும் மீண்டும் தோன்றியது. தான் காரை இப்போது ஸ்டார்ட் செய்ய வேண்டுமென்று உணர்ந்து காரை மெதுவாய் ஸ்டார்ட் செய்து சற்றுவேகம் கூட்டினான். உடனே புத்தகக்கடையைத் தன் கண்கள் பிடித்துக் காட்சிப்படுத்த வேண்டும் என்று விரும்பினான். மனம் பரபரப்பு அடங்கியவுடன் அவன் முன்பு வந்தபோது தவறவிட்ட சர்க்கிள் வந்தது. முன்பு இல்லாதபடி இந்தமுறை தலையில் ஒரு சிவப்பு துணியை மடக்கிக் கட்டி நெஞ்சில் அதிகம் முடிவளர்த்த இளைஞன் ஒருவன் ஒரு கட்சிக் கொடியை ஒரு தூணில் கட்டியபடி நிற்க பல இளைஞர்கள் அவனை ஊக்கப்படுத்தியபடி அருகில் நின்றனர். தான் வராத பாதை இது என உணர்ந்தான் தான் முன்பு வேறுஇடத்தில் வேலை செய்தது போன்றதொரு கம்யூட்டர் கம்பனியின் கட்டடம் உயர்ந்து சூரியஒளியில் மின்னியபடி காட்சி தந்தது. அந்தக் கட்டடம் தாண்டி நூறு அடிக்குள் பாதை இரண்டாகப் பிரியும் என்று இவன் ஏனோ எதிர்பார்த்ததுபோல் பாதை இரண்டாக கிளை பிரிந்தது. முன்புபோலவே பிரேக்கில் கால்வைத்துக் காரை மெதுவாக்கி இடதுபுறமாகவே திரும்பினான். ஒரு நாய் இவன் காருக்குள்

பாய்ந்து தப்பியோடியது. நாய்க்கு ஏதும் சம்பவிக்கவில்லை. சம்பவித்தால் நாய் வாள்வாள் என்று கத்துவதைக் கேட்பதற்காக ஜன்னல் கண்ணாடியைத் தானியங்கும் பட்டனை அழுத்தித் திறப்பது அவனது வாடிக்கை. கால்விரல்களால் வேகம் கூட்டும் ஆசையை எப்போதும் போல் இப்போதும் பெற்ற அவன் தான் யாருக்கும் புரியாத ஒரு மனிதன் என்பதுபோல் யோசனை செய்தான். காட்சிகள் தெளிவாயின; அதனோடு மனம் ஒத்துப் போகாததால் மனதில் ஒரு நீண்ட தர்க்கம் தோன்றுமோ, தன் காரை ஓட்டும் கவனத்தை அது சிதைக்குமோ என்று யோசித்தபோது முன்பு பார்க்காத ஒரு இடம் கண்முன் தெரிந்தது. 'தேடுதல் மீது எனக்கு நம்பிக்கை இல்லை, அடைதலில்தான் நம்பிக்கை உள்ளது' என்று சொல்லிக்கொண்டவன் போல் அவனது மனநிலை இருந்தது. சிந்தனைகளுக்கு அவன் பொறுப்பில்லை. அவைகள் அவன் காலையில் ஒவ்வொரு நாளும் எழுந்ததும் கண்ணாடி முன்பு நின்று பார்க்கும்போது முகத்தில் புதிது புதிதாய் தோன்றியிருக்கும் முடிபோன்று தானாகவே சம்பவிப்பது என்று முன்பு ஒருமுறை யாரிடமோ கூறியிருக்கிறான்.

அவள் இரண்டு ஆண்டுகளுக்கு முன்பு தன்னை விட்டுப் பிரிந்து போகும்போது கேட்ட கேள்வி மீண்டும் நினைவுக்கு வந்தது. அவள் அப்படிக் கேட்டது தப்பு என்று கூறமுடியாது. அவள் அவனுடன் வாழ்ந்துபெற்ற அனுபவம் அந்தக் கேள்வியை அவளிடம் உருவாக்கித் தந்தது. அதனால் அந்தக் கேள்விக்கும் அவளுக்கும் சம்பந்தமில்லை என்று சொல்லமுடியுமா? அவள் திரும்பி நின்று பற்களால் உடுக்கும் உடையைக் கடித்தபடியேதான் பேசுவாள் என்று இப்போது அவள் பேசும் காட்சி முப்பது ஆண்டுகளுக்குப் பிறகும் பசுமையாய் இவன் மனதில் வருவதற்குக் காரணம் என்ன?

கார் அடுத்து ஒரு கம்ப்யூட்டர் கம்பெனி இருக்கும் கட்டடத்தின் முன்பு மெதுவாகச் செல்கையில் நடுரோட்டில் கிடந்த நரகலின் மீது ஏறியது. மனித நரகலா, நாயின் நரகலா என்று கேட்டபடியே அடுத்த தெரிந்த ஒரே பாதையில் போக காரை ஒடித்துத் திருப்பினான். மீண்டும் மீண்டும் தெருக்கள் முடிவின்றித் தோன்றுகின்றனவோ என்று முதன்முதலாக ஒரு எண்ணம் தோன்றியது. பாதைகள் புதிதாக எப்படித் தோன்றமுடியும்? அப்படித் தோன்ற ஆரம்பித்தால் நான் எப்படி பழைய

நினைவில் பதிந்திருந்த புத்தகக்கடையைத் தேடிக் கண்டடைய முடியும்? அடைவதுதான் தன் லட்சியம், தேடுவது அல்ல என்ற தன்னுடைய கொள்கையால் தான் அனுபவித்த வன்முறைகள் எத்தனை எத்தனை?

சரஸ்வதிகுமாரி காலையில் என்னுடன் நடந்து வருவாள். காலையில் அவளுடைய சிறிய பையில் அதிக மதிய உணவை வைத்திருப்பாள், பின்பு அவள் செல்லும் பஸ்ஸில் அவளும் என் பஸ்ஸில் நானும் ஏறுவோம் என்று மனம் கூறியது. இது முப்பது ஆண்டுகளுக்கு முன்பு அடிக்கடி நடந்த தன் வாழ்க்கைக் காட்சி; அதனால் மனதில் பதிந்துவிட்ட காட்சி என்று அடிக்கடிச் சொல்லும் இவன் திடீரென பிரேக் பிடித்தபோது வழக்கமாய் இவன் எதிர்கொள்ளாத ஒரு வகை முயல் அவன் காருக்கு முன்பிருந்து பாய்ந்து வேறொரு காருக்குள் விழுந்து இரத்தமாய் ரோட்டில் மாறியது.

அங்கு நின்று வழிகாட்டிய தாடிக்கார மனிதன் மீது இப்போது முழு நம்பிக்கை தனக்கு ஏற்பட்டிருந்ததற்கு ஏதேனும் காரணம் இருக்கவேண்டும். எந்தப் பொருளும் அதனது முடிவான விளைவை அடைய ஒரு காரணம் இருந்தே தீரும். வழிகாட்டிய அவன் பூஜிப்பதற்குரிய மனிதனாகவும் உயர்வானவனாகவும் தெரிந்தான். பிறருக்கு எப்போதும் உதவுவதற்குத் தனக்கொரு முன்னறிவு கிடைத்திருப்பதை உணர்ந்து அந்த மகாமனிதன் கேட்டதும் உதவினான்.

என் பாதைகள் முன்புபோலவே தரையில் கிடந்தாலும் அவை என் மண்டைக்குள் சிறகு முளைத்த வல்லூறென பறக்கவும் செய்கின்றன, அதனால் எனக்குப் பதற்றம் ஏற்படவில்லை என்று மனதிடம் சொன்னபோது நிதானம் ஏற்பட்டது. ஆழமாய் தெரியும் கிணற்றில் உள்ளே இருக்கும் நீர் தெரிவதில்லை.அதனால் ஆழமும் தெரிதலும் தொடர்பில்லாத பரிமாணங்கள் என்றாகிவிடுமா என்று சற்று குழப்பமான ஒரு தர்க்கம் இவன் மூளையில் தோன்றியது. பாதை ஓரத்தில் புல் முளைத்திருந்தது. அந்த நகரத்தின் மைய ரோடுகளிலும் அடிக்கடி காணப்படுவதுபோல் பசுக்கள் மேய்ந்துகொண்டிருந்தன. பசுக்களை வதை செய்யக்கூடாது என்று சமீபத்தில் சட்டமியற்றப்பட்டிருந்தது. அங்கு ஒரு

மனிதன் ஒரு புத்தகம் படித்தபடியே தனியாய் நடந்து போய்க் கொண்டிருந்தான்.

சரஸ்வதிகுமாரி திருமணமான இரண்டாவது ஆண்டில் திடீரென்று ஒருநாள் காலையில் இவனை அழைத்தாள். இவனும் அவளும் வெகுநேரம் சர்ச்சித்தபடியே இருந்தனர். இவன் மனதில் முப்பது வருடங்களாய் இருந்த காட்சிகளில் இப்படி அழைத்ததுவும் ஒன்று.

கார் போய்க்கொண்டிருந்தது. புத்தகக்கடை எங்கே இருக்கிறதென்று இறங்கி யாரையையாவது கேட்டால் என்ன? அப்படிச் செய்யலாம். பலமுறை இவன் காரில் செல்லும்போது காரை நிறுத்திவிட்டு ஓரமாய் செல்லும் ஆணைத் தவிர்த்துப் பெண்களை அணுகி பாதைகள், கட்டடங்கள், நிறுவனங்கள், அலுவலகங்கள், முகவரிகள் என்று வாழ்க்கையில் கேட்டுத் தெளிவு பெற்றவன் தான். ஆனால் இன்று ஏனோ அப்படி யாரையும் கேட்டு புத்தகக்கடை பற்றித் தெரிந்துகொள்ளக்கூடாது என்பதில் உறுதியாக இருந்தான். வழிகாட்டிய அந்த தாடிக்கார மனிதனை அது அவமானம் செய்யும் செயல் என்ற அவனுடைய எண்ணம்தான் அதற்கு முக்கியமான காரணம். ஆனாலும் இந்தத் தனியான கார் பயணத்தில் தன்னால் தனியாகப் புத்தகக்கடையை அடைந்து புத்தகங்களைப் பார்வையிட்டுத் திருப்திப்பட்டுத் திரும்ப முடியுமா என்ற கேள்விக்கு ஆம் அல்லது உண்டு என்று எந்தப் பதிலும் இல்லாதது போலவே உணர்ந்தான். இது அவனைத் துன்புறுத்துவதற்குக் காரணமான இன்னொரு கொள்கை. எந்தக் கேள்வியையும் உண்டு அல்லது இல்லை என்று எளிய பதிலில் அடக்கிவிடக்கூடாது. அதாவது நம் வாழ்க்கை சிக்கல்களில் மாட்டிக்கொள்ளவேண்டும் என்று நம் பிறப்பிலேயே முடிவு பண்ணபட்டிருக்கிறது என்று தன்னோடு ஒரு காலத்தில் பழகிய ஆண்களிடமும் பெண்களிடமும் கூறிச் சண்டை போட்டிருக்கிறான்.

பாதை ஓரிடத்தில் முடிந்தபோது ஏதோ ஒரு தவறு நடந்திருக்கிறது என்ற இவன் மெதுவாய் காரைப் பின்பக்கம் செலுத்தும்போது எழுப்பும் ஒலியுடன் ரிவர்ஸில் போகுமாறு செய்தான். அப்படிப் பின்பக்கம் போனான். பின்பு தெளிவடைந்தான். தெரியாத புத்தகக்கடையை அடையும் பாதையில் எது சரியானது?

எது தவறானது? ஆனாலும் அவனுக்குத் தெரியும். பாதை தெளிவானது. யாரிடமும் கேட்கத் தேவையில்லை. மீண்டும் காரை ஓட்டியபோது தூரத்தில் ஓரிடத்தில் வளர்ந்திருந்த சிவப்புப் பூவுக்கருகில் காற்றுச்சுழற்சியில் எழுந்த சிறிய புயலில் தரையில் கிடந்த தூளும் பிற பொருள்களும் ஓரடி உயரத்தில் வட்டமாய் ஒரு கணம் சுழன்றன இவன் பார்ப்பதற்கென்றே.

சரஸ்வதிகுமாரி நிற்குமிடமெங்கும் இருள் இருந்தது என்பதுதான் இப்போது இவனுடைய எண்ணம். தேர்வில் தன் விடைத்தாளை எடுத்து இழுத்து வைத்து காப்பி அடித்தபின்பு அடிக்கடி சந்தித்து இறுதியில் திருமணம் செய்தபோது இப்படிச் சொன்னாள் அவள்.

“உன்னைப்பற்றி எனக்கு எல்லாம் தெரியும்”

அந்தப் பதில் அந்த வயதில் இவனுக்குப் புரியவே இல்லை. அந்த வயதில் புரியாத பலதும் துரத்தித் துரத்தி சந்தோஷம் தந்ததுபோல் அவள் சொன்ன வாக்கியமும் இவனை சந்தோஷத்தில் ஆழ்த்தியது. ஆகா,என்னைப் பற்றித்தெரிந்தவள். சந்தோஷம் சிலவேளை தலைகால் புரியாமல் ஆனது. இப்போது அந்தச் சந்தோஷம் எப்படிக் காணாமல் போயிற்று என்ற கேள்வியும் இவனுக்கு இருந்தது.

காரின் ஜன்னலைத் திறக்காமல் வெளியில் பார்த்தவனுக்கு வெளியில் இதுவரை பெரிய பெரிய கட்டடங்கள் தெரிந்த பாதையில் திடீரென ஏதும் தெரியவில்லை. பார்வையில் ஏதேனும் கோளாறோ என கண்களைத் தடவிக் கொண்டான். எனினும் தெரியவில்லை. கார் போய்க் கொண்டிருக்கிறதென்று மட்டும் புரிந்தது. போய்க்கொண்டிருக்கிறதா, நின்று கொண்டிருக்கிறதா? கட்டடங்களை உற்றுப் பார்த்தான். ஏதும் தெரியவில்லை. பெரிய ரோடு என்று யூகம் செய்தான். பார்வை மங்கிவிட்டது. இந்தப் பகுதியில் இப்படி பெரிய ரோடு இருக்க முடியும் என்று தோன்றவில்லை. நிலத்துக்குக் கிழே உள்ள நகரமா அல்லது கார் வானத்தில் ஏறிய பின்பு காட்சி தரும் நகரமா இது என்று திடீரென்று மனதில் ஒரு கேள்வி பலமாய் தோன்றியது. கார் ஜன்னல் திறக்காவிட்டால் ஏதும் தெரியாது. புகைமூட்டம் நாலாபக்கமும் சூழ்ந்தபோது சற்று சரிந்து, இடது கையால் காரின் ஸ்டீரிங்கைப் பிடித்தபடியே வலது கையால் ஜன்னலைக் கீழறக்க வேண்டும். புகைமூட்டத்திலிருந்து தெளிவான பார்வை

கிடைக்க வேண்டுமென்றால் காரின் கண்ணாடி ஜன்னல்களைத் திறப்பதைத் தவிர வேறுவழியேயில்லை என்பது தெளிவாயிற்று. ஜன்னலை வலதுபுறமாய் உடலைகொஞ்சம் பின்தள்ளிவிட்டுத் திறந்தபோது புகைமூட்டம் விலகியிருந்தது. கட்டடங்கள் மற்றும் வானம் எல்லாம் தெளிவாயின. மூடினால் ஏன் தெரியவில்லை? சோதனை செய்து பார்ப்போம் என்று ஜன்னலை மூடியபோது மீண்டும் ஏதும் தெரியாமல் புகைமூட்டமானது. உடனே எதிரில் வரும் பெரிய வாகனம் தன் காரில் மோதலாம் என உணர்ந்து ஜன்னல் கண்ணாடியைத் தடங்கலின்றி உடனே திறந்ததும் புகைமூட்டம் மறைந்து தெளிவானது பாதை. நிர்மலமான வானம். பறவைகள் பறக்கின்றன.

இரண்டாண்டுகள் மனைவியாக வாழ்ந்து அவனிடமிருந்து அவள் கடைசியாகப் பிரிந்துபோகும் முன்பு கேட்ட கேள்வி அப்போது மனதில் வந்தது. அப்போது அகஸ்மாத்தாய் திரும்பிப் பார்த்தால், இவன் தேடிவந்த புத்தகக்கடையின் பெயர்ப்பலகை. ஓ,கண்டுபிடித்து விட்டான். அன்று அவள் கடைசியாகப் பிரியும் போது "நீ யார்? உன் பெயரென்ன" எனக் கேட்டுவிட்டு லேசாகத் தூறல் விழுந்துகொண்டிருந்த அந்தநாள் எப்போதைக்குமாய் புறப்பட்டுப் போனது ஞாபகத்தில் வந்தது.

●●●

பகுதி இரண்டு

மணிக்கூண்டுகளுக்கிடையில் நடந்த ஒரு வழக்கு

நகரம் அல்லோல கல்லோலப்பட்டது.

அது 1776 ஆம் ஆண்டு. அப்போது காலனி ஆதிக்க எஜமானர்களின் ஆட்சி நடந்து கொண்டிருந்தது. கோதிக் மற்றும் செராசனிக் கட்டடக்கலையும் வளைவுகளும் வளாகங்களும் மரத்தால் செய்யப்பட்ட தரைகளுடைய பங்களாக்களும் தோட்ட வீடுகளுமாகக் காணப்பட்ட நகரத்தில், குறிப்பிட்ட அடையாளங்கள் கொண்ட இரு சமூகத்தாரின் மத்தியில் நடந்த மோதல்களில் ஒன்றுதான் அந்த வழக்கு. இரு சமூகத்தவர்களும் எப்போதும் சண்டையிடுபவர்கள். சண்டையிட ஏதாவது காரணம் இருக்கும்.

நெற்றியில் இரண்டு கோடுகள் இழுக்கும் பழக்கம் கொண்ட கொண்டைகட்டி சமூகத்தார்தான் கலகத்தைச் செய்தனர். ஏனெனில் அவர்கள் உயர்ந்தவர்கள் என்ற எண்ணம் கொண்டவர்கள்.

அவர்களின் எதிரிகள், நெற்றியில் எந்த அடையாளமும் இடாதவர்களாயும் அடங்கிவாழ்பவர்களாயும் அறியப்பட்ட கட்டையன் சமூகத்தார்கள். கட்டையன்களின் 78 வீடுகளை அந்த பெப்ருவரி மாதம் பதினாறாம் தேதி எரித்தும், அடித்தும், உடைத்தும் நாசம் செய்தார்கள் நெற்றியில் கோடு போடும் கொண்டைகட்டிகள்.

ஆனால் விநோதமாக, வழக்கு வேறுவிதமாகப் சோடிக்கப்பட்டது. அடாவடித்தனத்துக்குப் பேர்பெற்ற கொண்டைகட்டி சமூகத்தவரின் உடமைகளைச் சூறையாடியது மட்டுமின்றி அவர்களில் இருவரைக் கொன்று விட்டனர் கட்டையன் சமூகத்தார் என்று கோர்ட்டில் வழக்குபோடப்பட்டது.

இப்படி, ஆங்கிலக்கோர்ட்டாரின் முன்பு நடத்தப்பட்டது வழக்கு. உண்மை யாருக்கும் தெரியவில்லை.

நகரம், அதன் நீண்ட கடற்கரைக்கும் வெயிலுக்கும் பெயர்பெற்றிருந்தது போலவே அவதூறுகளைப் பரப்புவதற்கும், ரகசியங்களைப் பாதுகாக்காமல் இருப்பதற்கும் பெயர்பெற்றிருந்தது.

கொண்டைகட்டிப் பிரிவினர், தலையில் இரண்டு கோடுகள் போடுவதோடு, நான்கு புறமும் முழுதும் முடியில்லாமல் வழித்தெடுத்த தலையில், தங்கள்தங்கள் குடுமிகளை, கட்டிவைத்திருந்தது போலவே மனதில் வஞ்சகமும் சூதுவாதும் கொண்டவர்கள். இக்கருத்தை லண்டனில் சட்டம் படிக்கும் தன் தம்பியான பர்ட்டனுக்கு அடிக்கடி கடிதமாய் எழுதியிருந்த நகரின் அமைதிகாக்கும் நீதிபதியான ஆர்பத்நாட்டின் முன்னிலையில் இந்தக் கலவர வழக்கு வந்தது. இந்த வழக்கு பல சட்டச்சிக்கல்கள் கொண்டதும் நீதிமன்றத்தின் வரம்புகள் பற்றிய பிரச்சனைகளுடன் தொடர்புடையதாகவும் பல தரப்புக் கருத்துக்களுக்கும் இடம் வைப்பதாகவும் இருந்ததால் அக்காலத்தில் பெரிய பிரச்சாரம் பெற்றது. ஆங்கிலேயர்கள் மட்டுமன்றி அவர்களை 'துரை துரை' என்றுஅழைத்தபடி கூனியபடி நடந்த இந்தநாட்டவர்களும் வழக்கில் அக்கரைகாட்டினார்கள்.

கொண்டைகட்டி மக்களின் தலைவர் பயங்கரமானவர். 'யாரடா அங்கே' என்று அடிக்கடி கூறிக்கொண்டு கைகளை இறகு போல அசைத்தபடி வந்த மனிதர், வலது கையை அடிக்கடி குனிந்து உள்ளேவிட்டு பறக்பறக் என சொறிந்தபடி சிரித்தார். சிரிக்கும்போது புழு விழுந்த பற்கள் தெரிந்தன. அவரைப் புடைசூழ நின்று, அவருடைய சமுதாயத்தவர்கள், இடுப்பில் அரிவாளை வைத்துச் செருகியபடி கோர்ட் வாசல் பக்கம் நின்ற புளியமரத்தின் கீழ், தத்தம் கால்முட்டை மடக்கி பிருஷ்டம் தரையில் படாமல் கால்பாதத்தின் முன் பகுதியைப் புல்தரையில் ஊன்றி அமர்ந்திருந்தது பல வெள்ளைக்காரர்களுக்குக் காட்சிப்பொருளானது. காறித்துப்பிக்கொண்டும் இருந்தார்கள். கறுப்பு உடலின்மேல் வெள்ளை வெளேர் என்ற (இது அம்மக்களின் தலைவர்கள் சிலர் மட்டும் அணிந்திருந்த ஆடைகளின் வண்ணம்) ஆடைகளை அணிந்ததால் அவர்களின்

முகம் முதலிய எண்ணை தேய்த்த உடலின்மேல்பாகம் சூரியவொளியில் மேலும் கறுப்பாகத் தெரிந்தது. கறுப்பு முகத்தின் காதுகளில் கடுக்கண் தொங்கவிட்டிருந்ததுபோல் காதுமடலின் மேல்பாகத்தில் எப்போது வேண்டுமானாலும் மலர்ந்து மணக்கப் போகும் மலரைச் செருகி வைத்திருந்தனர். தலைவருக்குத் தங்கள் சமூக இளைஞர்களைக் கெட்டுப்போகாமல் வைக்கும் பொறுப்பு இருப்பதாக எண்ணம். கெட்டுப்போகாமல் இருக்க காதல் செய்யாமல் இருக்க வேண்டும் என்று அவர்களின் சாதிக்குழுவின் சபை, அவரவர் ஊர்களில் வேப்பமரங்களின் கீழ் அமர்ந்து பஞ்சாயத்துகூடி முடிவு எடுத்தது. எனவே, காதல் செய்யும் அவர்கள் வீட்டுப்பிள்ளைகளை முதலில் கண்டிப்பது என்றும், அதுவும் சரிபடாதபோது கை, கால்களை எடுத்துவிடுவது என்றும் பழக்கம் வைத்திருந்தார்கள். அது சரியான முடிவுதானா என்று இளைஞர்கள் சிலருக்குச் சந்தேகம் வந்தபோது (அவர்கள் சபைகளில் பெண்கள் யாரும் வரக்கூடாது என்பது முன்னோர் பின்பற்றிய வழக்கம் – பின்னால் அது விதிமுறையானது) அவர்களுக்கிடையில் இருந்த இரண்டுபேர், சமூகக் கவிஞர்கள், அதுசரிதான் என்று இரண்டு காவியங்களை 101 – அடி வீதம் எழுதினார்கள். காவியம் இறுதிவரை புகழ்பெறாமல் மக்கிப்போனது.

வழக்கில் முதலில் அழைப்பது யாரை என்று நகரத்தைப் பரிபாலனம் செய்யும் நீதிமன்றக்குழு முடிவெடுப்பதில் சில நாட்கள் கழிந்தன.

இது நெற்றியில் கோடுபோட்ட கொண்டைகட்டி சமூகத்தினருக்குத் தினம் தினம் நகரத்துக்கு வரும் தேவையை உருவாக்கியது. நீதிமன்றக் குழுவின் முடிவைத் தெரிந்துகொள்ள வேண்டும். அப்போது நகரத்தில் வர்ண விளக்குகளால் அலங்கரிக்கப்பட்ட படகுகளில் இரவுநேரத்தில் மகிழ்வுப் பயணம் செல்லும் கவர்னரையும் அவரது குடும்பத்தையும் கண்டு ஆனந்திப்பதிலும், ஆளுநர் வாழும் தோட்டத்துக்கு உள்ளேயிருக்கும் அவர் மாளிகையைக் கள்ளத்தனமாக எட்டிப்பார்ப்பதிலும் கொண்டைகட்டி சமுதாயத் தலைவர்கள் ஈடுபட்டனர். மேலும், 1776ஆம் ஆண்டிலிருந்தே மதிக்கப்பட்ட நகரமாக அது இருந்ததினால் பிரஞ்சு துருப்புகள் ஒருமுறை பீரங்கி வைத்து உடைத்த பல சிறுசிறு கோட்டைகள் சீர்செய்யப்படாமல்

நூறு ஆண்டுகளுக்கு மேல் கடந்தும் அந்த நகரத்தில் இருந்தன. பிரிட்டீஷார் கைக்கு நகரம் மறுபடியும் வந்தபோது கவர்னருக்கு வசிக்க தோட்டவீடு கண்டுபிடிப்பது கடினமான காரியமாயிற்று. எனவே, துவிபாஷிகள் கோவணம் கட்டிய, உடம்பிற்குமேல் வெள்ளை வேஷ்டிகள் தார்பாய்ச்சிக் கட்டியபடி, துணியால் செய்த கோட்டுப் போட்டுச் சேலம் வெற்றிலையை மென்றபடியும் திருச்சி சிகரெட் பிடித்தபடியும் கவர்னருக்குத் தோட்டவீடு தேடுவதில் ஒரு காலத்தில் மும்முரமாக ஈடுபட்டிருந்த, சரித்திரம் கொண்ட ஊர் இது. இறுதியில் அந்த நகரின் முதல் கவர்னருக்குப் பிரஞ்சு மாலுமியான லூயி தெமோண்ந்த் என்ற பிரமுகரின் விதவையான அந்தோனியோ தெமோண்ந்த் என்பவரிடம் இருந்த பெரிய வீடு பல ஆயிரம் வராகன் விலையில் வாங்கப்பட்டது என இந்த நகரத்தின் சரித்திரம் கூறுகிறது.

வழக்கில், ஏழைகளான கட்டையன் சமூகத்தினர் சாமானியமானவர்களாய் நடந்து கொண்டனர். வெள்ளைக்காரர்களைப் பார்த்தபோது குனிந்து வாயில் கைவைத்தபடி, ஓரமாக ஒதுங்கிநின்று வழிவிட்டார்கள். கைகளால் வாயைப் பொத்தியபடி வாய்நீரை பக்கத்துச் சுவர்களில் உமிழ்ந்தார்கள்; அடிக்கடி பயந்தார்கள். கட்டையன் சமூகத்தினருக்குத் தாங்கள் தாழ்ந்தவர்கள் என்ற எண்ணம் இருந்ததால் தங்கள் எதிரிகளான கொண்டைகட்டி சமூகத்தவர்களால் தங்கள் சமூகத்தின் இரு இளைஞர்களின் ஆண்குறிகள் வெட்டப்பட்டதை மன்னித்துவிடலாம் என்ற எண்ணமே இருந்தது. ஆனால், வெள்ளைக்கார மருத்துவர் ஜான்போப் என்பவர் கிறிஸ்தவ எண்ணங்களால் உந்தப்பட்டு, கட்டையன் சமூகத்தவர் மத்தியில் ஏசுகிறிஸ்துவையும் பைபிளையும் பரப்பிக்கொண்டே ஓய்வுநேரத்தில் தொழுநோயாளிகளுக்கு ஒரு மருத்துவமனை உருவாக்கிச் சேவையும் செய்கிறவர் – வேறு ஏதோ தன்மனதில் யோசித்ததால், வழக்கு மும்முரமாக நடந்து கொண்டிருந்தது. ஜான்போப், அதே ஆண்டு பெப்ருவரி மாதம் 16-ஆம் தேதி தன் கண் முன்பு கலவரம் நடந்ததென்று – தன் போலியோ கால்களால் நொண்டியபடியே நடந்து வந்து சாட்சி சொல்ல வந்தார். பட்டணத்தில் இந்த வழக்கு எல்லோர் வாயிலும் அவலாக மெல்லப்பட்டது. ஜான்போப் முன்வந்து சாட்சி சொல்லியதால் வழக்கு மிகவும் பலமானதாக மாறிவிட்டது என்றே எல்லோரும் கருதினார்கள். கட்டையன் சமூகத்து

இளைஞர்கள் இருவரும் நாட்டுமருத்துவரான பண்டிட் ஒருவரும் (இவருடைய தந்தை பிரஞ்சு துரை ஒருவரின் சமையலறையில் நல்லபடி மாட்டுக்கறி சமைத்ததால் மிஸஸ்லா போர்தனெ என்ற அம்மாது அவரை அடிக்கடி மெச்சியதோடு பழைய பிரஞ்சு இலக்கியத்தில் வரும் சமஉடமைக் கருத்துக்களையும் போதித்தார்) ஆக மொத்தம் ஜான்போப்பையும் சேர்த்து நான்குபேர் ஒன்றாகச்சேர்ந்து, தாழ்த்தப்பட்ட கட்டையன் சமூகத்தவர் யாரும், கொலையில் ஈடுபடவில்லை என சாட்சி சொன்னார்கள். பொய்யாய் வழக்குப்போடப்பட்டுள்ளது என்றார்கள்.இது கொடூரமான பண்புள்ள கொண்டைகட்டிகளுக்கு மேலும் கோபத்தை ஏற்படுத்தியது.

வழக்கு நடந்த இடத்துக்கு இரண்டு பர்லாங் தூரத்தில் கவர்னரின் குதிரை மெய்க்காப்பாளர்கள் வசிக்கும் பெரிய வீடுகள் இருந்தன. கர்னாடகத்திலிருந்து வந்த பேரிகெம்பையாவின் இளைய சகோதரரான பெரியநாயுடுகாருவுக்குச் சொந்தமாக அவை இருந்தன. ஜான்போப், ஏழைகளான கட்டையன் சமூகத்தவர் பயந்த சுபாவம் உள்ளவர்களாகையால், சாட்சிகள் மாறாமல் இருக்கவும் அவர்கள் தன் பாதுகாப்பில் இருப்பதே நல்லது என்று நினைத்ததால் கவர்னரின் குதிரை மெய்க்காப்பாளர்களின் வீட்டுக்கு அருகில் இருந்த லாயத்துக்கு எதிரில் உள்ள வீட்டில் ஊரிலிருந்து வந்த கட்டையன்கள் எல்லோரும் பாதுகாப்பாகத் தங்குவதற்கு ஏற்பாடு செய்தார்.

வழக்கில் புள்ளிவிவரங்கள் இப்போது மாறின. நடந்த கலவரங்களை, இப்படி விவரித்தார்கள்: ஏழைகளான கட்டையன் சமூகத்தவரின் நூற்றைம்பது குடிசைகளும் – அவை ஓலையால் வேயப்பட்ட 10 அடிக்கு எட்டடி அகலமுள்ளவை- மேலும், நான்கு கூரை ஓடுகள் உள்ள வீடுகளும் எரிக்கப்பட்டன என முடிவு செய்யப்பட்டது. முப்பத்தேழு ஆடுகள் (நான்கு கருவுற்றிருந்தன) எட்டு பசுக்கள் (இரண்டு கருவுற்றிருந்தன என்பதைச் சாட்சிகள் ருசுப்படுத்தவில்லை) நூற்று ஆறு பூனைகள் –(25 பூனைகள்,அதில் பிறந்து ஓரிரு நாட்கள் ஆனவை) எரிக்கப்பட்டிருந்தன.

கலவரத்தினால் பாதிக்கக் கூடாது என கலவரத்துக்கு முன்பே மேல்சாதியான கொண்டைகட்டிகளின் வீடுகளில் இருந்த

அவர்கள் ஆபரணங்கள், அரிவாள், கடப்பாரை, வீட்டிலுள்ள நெல்மூட்டைகள் போன்றன வண்டிகளில் ஏற்றப்பட்டதைப் பார்த்த கீழ்ச்சாதியினரின் நாக்குகள் கூர்மையான சவரக்கத்தியால் மேல்சாதியால் அறுத்தெறியப்பட்டதையும், அவர்களுக்குத்தானே சிகிச்சை செய்ததையும் மருத்துவர் ஜான்போப் - உறுப்புகளின் ஆங்கிலப் பெயர்களுடன் விளக்கியது மிகச்சிறந்த ஆதாரங்களாக, அவரைப்போலவே உறுப்புக்களின் பெயரை லண்டனில் பள்ளியில் உடல் சாஸ்திரத்தில் படித்திருந்த நீதிபதிகளால் எடுத்துக்கொள்ளப்பட்டன.

நீதிபதியாக இருந்த ஆர்பத்நாட் என்பவர் ‘ஓ மை காட்’ என்று விசனம் அடைந்தது ஒரு சாட்சி இப்படி கூறியபோது தான்:

“அய்யா, எசமானர்களே, மிகவும் கொடிய காரியம் என்று நான் கூறுவது – ஒரு குடிசையில் ஒரு தாய் குழந்தை பெற்றுக்கொண்டிருக்கிறாள் என்பதையும் பொருட்படுத்தாது, கலகக்காரர்கள் தாய்வயிற்றிலிருந்து வந்துகொண்டிருந்த பச்சைக்குழந்தையும் அதன் தாயையும் அங்கிருந்த மருத்துவச்சியையும் கோபத்தோடு கரிக்கட்டையாய் போகும்படி எரித்த காட்சிதான்.”

“கையில் வெள்ளைத் துணியை அடையாளமாய் கட்டிய நான்குபேர் ஒரு வரிசையில் இருந்த தாழ்த்தப்பட்டவர்களின் பத்துக்குடிசைகளை ஈவிரக்கமின்றித் தங்கள் கையில் பிடித்தபடி இருந்த பனைஓலைகளால் ஆன தீப்பந்தத்தால் எரித்தபோது தான், அந்த கொடூரமான சம்பவம் நடைபெற்றது.”

கோர்ட்டில் எதிர்தரப்பில் நின்றிருந்த மேல்சாதிக் கொண்டைகட்டி சமூகத்தின் தலைவன் ஏதும் பேசாமல் அப்போது நின்றான். நீதிபதி ‘ ‘அப்படி ஒரு சம்பவம் நடந்ததா?’’ என்று அவனிடம் கேட்டதை துவிபாஷி மொழிபெயர்த்தார்.

இன்னொரு சாட்சி, கட்டையன் சமுகத்தினரின் எரிந்துபோன பயிர்களைப் பட்டியல் இட்டார். பத்து பலா மரங்களும் முழு பலாக்கனிகளுடன் எரிந்ததையும் வாழை மரங்கள் வாழைக்கன்றுகளுடன் எரிக்கப்பட்டதையும் விளக்கினார். கொடுமையான காட்சியான நெருப்பில் பொட்டித்தெறித்த பானைகள், அரிசி, தானியம் போன்ற உணவுப்பொருட்கள் -

படுப்பதற்காக வைத்திருந்த ஓலைப்பாய்கள் மற்றும் ஆண், பெண், குழந்தைகளின் ஆடைகள் எரிந்து கரியாகிப் போனதையும் கூறினார் அந்த சாட்சி.

வழக்கை நடத்திக்கொண்டிருந்த நகரத்தின் கட்டடங்களின் இந்தோ - சராசனிக் பாணியுடன் கூடிய கடற்கரைப்பட்டணமான அவ்வூரில் கப்பல்களை வழிமாறிப்போகாதபடி ஆங்காங்கே பாதுகாக்கும் (நோக்கம் பெரியது) பல்வேறு வகையான கலங்கரை விளக்கங்களும் நீண்ட பூங்காக்களும் அடிக்கடி மகிழ்ச்சி தோன்றும்போதெல்லாம் ஊர்வலம் போகும் கவர்னரும் அந்நகரத்தின் முக்கியக் கவர்ச்சிகளாகும். மேற்கத்திய அறிவையும் சட்ட நுணுக்கத்தையும் நீதி போதனையையும், தொழில்நுட்பம், வியாபார அறிவு போன்றவற்றையும் அடையாளமாகக் கொண்டு விளங்கிய வழக்கு மன்றத்தில் அன்று மிகப் பெரிய கூட்டம் காணப்பட்டது. வெற்றிலையைச் சுவரில் துப்பியவர்களை கம்பால் அடிக்க என்று ஒரு சேவகன் இருந்தான். பெரிய கூட்டத்திற்கான காரணம் அந்த இரண்டு கொலைகள். மேல்சாதிக் கொண்டைகட்டிகள் மிகுந்த கோபத்தோடு காணப்பட்டார்கள். அவர்கள் வழக்காடுவதற்காக நியமித்திருந்த வெள்ளைக்காரரான ஜார்ஜ் சார்ட்ரீஸ் என்ற வக்கீல் பல புகழ்பெற்ற வழக்குகளை வாதித்து வென்றவர். கூம்புகளும் தெருவெங்கும் வட்டவடிவ இருக்கைகளும் கொண்ட அந்த நகரத்தின் கட்டடங்கள், புதிய சாலைகள், நீண்ட கடற்கரை - இவற்றின் அழகில் மயங்கியபடி தன் நீண்டதான கால்கொண்ட குதிரையை ஒருமணிநேரம் ஆசைதீர ஓட்டிவிட்டு மாளிகையில் போய் குளித்த பின்பு, தன் நூலகத்தில் போய் அடுத்த நாள் நடக்கப்போகும் கொண்டைகட்டிகளின் வழக்குக்கான சட்டக்கருத்துக்களைத் தேட ஆரம்பித்தார் ஜார்ஜ் சார்ட்ரீஸ். வழக்கு வென்றால் அவருக்கு அளிக்கப்படப் போகும் இரண்டு கருத்த பெண்கள் பற்றிய ஆசையும் அவர் மனதின் ஓரத்தில் சந்தோசம் தரத் தவறவில்லை.

உண்மை என்னவாக இருந்தாலும் கலவரத்தில் கொண்டைகட்டிகளில் இருவர் பிணமாய் விழுந்திருந்ததால் ஏழைக்கட்டையன் சமூகத்துக்கு ஆதரவாய் வந்துள்ள ஜான்போப் கூட, தங்களுக்குச் சாதகமாக வழக்குத் திரும்புவது கடினம் என யோசிக்குமளவு வழக்கு சிக்கலானதாகக் காணப்பட்டது. எனினும் ஏழைக்கட்டையன் சமூகத்தவர்கள், இரண்டு

கொலைக்கும் தங்களுக்கும் சம்பந்தம் இல்லை என்றும், தங்கள் வீடுகளும், ஆடுமாடுகளும் பயிர் பச்சைகளும் மரங்களும் நெருப்புக்கிரையாகின என்ற உண்மையை ஆங்கில நாட்டுத் தர்மத்தைப் பரிபாலிக்க வந்திருப்பவர்கள் நிலைநாட்டத் தவறமட்டார்கள் என்றும் கூறி இந்த அடிப்படையில் தங்களுக்குள் விவாதித்தார்கள்.

ஏழைபாழைகளான இத்தகைய, வெறும்நெற்றியுடன் காணப்படும், கட்டையன் சமூகத்தவரின் நம்பிக்கை அவர்களின் விரோதிகளான கொண்டைகட்டி சமூகத்தவர்களிடம் கோபத்தை உண்டு பண்ணியது. அது நிதர்சனமாக, நீதிபதிக்கும் புரிந்தது என்றுதான் கூறவேண்டும். நியாயத்தை நிலைநாட்ட வேண்டும் என்று ஆங்கில மருத்துவர் ஜான்போப் உறக்கமின்றி உழைத்தார். ஓரிரு கட்டையன் சமூகத்து இளைஞர்கள் மட்டும் வெள்ளைக்கார மருத்துவருக்கு உதவினார்கள். மருத்துவ பரிசோதனையில் கொண்டைகட்டி சமூகத்தவர் இருவர் அடித்துக் கொலை செய்யப்பட்டிருக்கிறார்கள். அப்படியெனில் அது கட்டையன் சமூகத்தவர்களின் செயலேதான் என்ற பொய்யான முடிவே கிடைக்கும். மனிதர்களை, இயற்கை நியதியும் காலமாற்றத்துக்குட்படாது சதா இருந்து கொண்டிருக்கக் கூடிய மாறாத பிரபஞ்ச நீதியும் தம் கரத்தால் காப்பாற்றும் என்ற நம்பிக்கை பரவி இருந்த காலம் அது. ஆகையால் அநீதி கோலோச்சி விடும் என்ற பயம் பெரும்பாலும் இல்லை.

அதனாலோ என்னவோ ஏழைகளாகவும் சாதுக்களாகவும் வாழ்ந்த கட்டையன் சமூகத்தவர்களுக்கு இறுதியில் நீதி கிடைத்தது. கட்டையன் சமூகத்தவர்கள் மீது அநியாயமாய் பெரிய வன்முறையைக் கட்டவிழ்த்தது கொண்டைகட்டி சமூகத்தவரே என்பது நிரூபணம் ஆயிற்று. தாயையும் குழந்தையையும் அத்துடன் பேறுபார்க்க வந்த மூதாட்டியுடன் எரித்துக் கரிக்கட்டை ஆக்கியவர்களை வழக்குமன்றம் கண்டுபிடித்தது. வீடுகளைத் தீக்கிரையாக்கியவர்களின் பெயர்கள் பட்டியலிடப்பட்டன. யார்யாருக்கு என்ன தண்டனை என்று கோர்ட் தீர்ப்புச் சொல்லியபோது கட்டையன் சமூகத்தார் நியாயம் கிடைத்தது என அர்சல் புரசலாய் பேசி, நிம்மதி அடைந்தனர். எனினும் கொலை பற்றிய முழுத் தீர்ப்பு உடனே வெளிவராததால் உண்மையில் கொண்டைகட்டி சமூகத்தினரின் இரண்டு பிணங்கள் விழுந்ததற்குத்

தங்கள் சமூகத்தவர்கள் ஒருவேளை காரணமாயிருந்திருக்கலாமோ என்றே சிலர் நினைத்தனர். நடந்தது பெரிய களேபரம் என்பதால் யார் யாரைக்கொல்கிறார்கள் எனத்தெரியாமல் அந்த எதிரிகளான இரண்டு கொண்டைகட்டி ஆட்கள் தங்கள் சமூகத்தவரால் கொல்லப்பட்டிருக்கலாமோ என்றும் ரகசியமாய் பேசிக்கொண்டனர் கட்டையன் சமூகத்தவர்கள்.

ஆனால் இறுதியில் உண்மை வெளிப்பட்டது. அது என்ன உண்மை?

அந்த தீர்ப்பை யாரும் எதிர்பார்க்கவில்லை. நடந்த விஷயங்களைக் கோர்ட்டு தீர்ப்பு விவரித்தபோது கொண்டைகட்டி சமூகத் தலைவர் தலைகுனிந்து நின்றார். “சொந்த சமூகத்தைச் சார்ந்த இரு மனிதர்களைக் கொன்றுவிட்டு கட்டியன்கள் மீது பழியைப்போட்டவன் இதோ நிற்கிறான்” என்று மிகுந்த கோபத்துடன் வெள்ளைக்கார நீதிபதி பல்லில் புழுவிழுந்த, பயங்கரத்தோற்றம்கொண்ட அந்த சமூகத்துத் தலைவர் என்று பேரும் புகழும் பெற்ற மனிதரைச் சுட்டிக்காட்டினார்.

ஆனால் நடந்த முழு பயங்கரமும் ஏனோ நீதிபதியால் விலாவாரியாய் வெளிப்படுத்தப்படவில்லை. யாருக்கும் எப்படி நீதிபதி இந்த முடிவுக்கு வந்தார் என்பதை அறிவதில் ஆர்வம் இருக்கவில்லை. எனினும் இரண்டு கொண்டைகட்டிகளின் கொலைக்கு அவர்களே எப்படிக்காரணமாக முடியும் என்ற கேள்விக்குச் சரியான பதில் யாருக்கும் தெரியவில்லை. தலைவரே தன்னுடைய ஆட்களை ஏன், எதற்குக் கொல்லவேண்டும் அல்லது ஆட்களை வைத்துத்தீர்த்துக்... பொதுசனங்களுக்கு ஒன்றும் புரியவில்லை. மேல்நாட்டு மனிதர்களின் நடைமுறை ஏதும் சுயநாட்டு மக்களுக்குப் புரியாமலே காரியங்கள் நியதிபோல் நடந்த காலம் அது.

★★★

இது பதினெட்டாம் நூற்றாண்டில் நடந்த கதை.

நான்கு கலவரங்கள் அந்த மக்களுக்குச் சுதந்திரம் கிடைத்த பின்பும்கூட அச்சடையாளமாய் இதுபோலவே நடந்ததில் ஏதோ மர்மம் இருக்கிறதென்று சந்தேகித்து வெளிநாட்டுப்

பல்கலைக்கழகம் ஒன்றுக்காக, ஆய்வு செய்த, சந்திரசேகரன் என்ற மத்திய வயதைக் கடந்த சமூகவியல் ஆய்வாளர் ஒருவர், பழைய நூலகங்களில்போய் இந்தச் சமூகங்களின் மோதல் வரலாற்றை அறியப் பழங்கால வழக்குகளைப் பூரணமாக ஆராய்ந்தார். அப்போது ஒருநாள் வினோதமான ஒரு பழைய வழக்கையும் அதன் தீர்ப்பையும் படித்துச் சமீபத்தில் நடந்தது போலவே சுமார் இருநூறு ஆண்டுகளுக்கு முன்பும் ஒரு பெப்ருவரி மாதம் பதினாறாம் தேதி அதே தந்திரத்தைப் பயன்படுத்தி 2 பேர் கொலை செய்யப்பட்டிருந்ததை அறிந்து மிகவும் திக்பிரமை அடைந்தார். ஆய்வாளருக்கு ஏதும் புரியவில்லை.

ஆண்டுகளையும் கோர்வையற்ற நிகழ்ச்சிகளையும் ஒழுங்கில்லாமல் அடுக்கி, தந்தையும் தாத்தாவும் மகனும் ஒரே (கடவுளின்) பெயரை மீண்டும் மீண்டும் வைக்கும் மரபுள்ள அச்சமூகத்தில் வரலாற்றைக் கண்டுபிடிக்கும் ஒரே நோக்கத்தினால் ஆய்வாளர் சந்திரசேகரன் இறுதியில் வந்தடைந்த முடிவுகள் எல்லோரையும் பயங்கரமும் திக்பிரமையும் அடையவைத்தன.

சமீபத்தில் அதாவது சட்டசபைகளும், நாளிதழ்களும், டி.வி.களும் வந்து விட்ட இன்று, இரண்டு கொலைகளைத் தாங்களே செய்துவிட்டு எதிரிச் சமூகத்தின் மீது சுமத்தியதுபோல், அன்றும் இவர்களின் முன்னோர் செய்த தந்திரத்தை ஆய்வாளர் கீழ்வருமாறு பல குறிப்புகளை இணைத்து முடிந்த அளவு கோர்வையாக அவ்வழக்கைப்பற்றி இதுவரை பலருக்குத்தெரியாத விசயமான, கொல்லப்படுவதற்காக எப்படித் தங்கள் சமூகத்திலிருந்து இருவரைத் தயார் செய்தார்கள் என்ற ரகசியத்தை எழுதினார் சந்திரசேகரன். அது இப்படி இருந்தது:

"கலவரம் தொடங்குவதற்கு ஒரு வாரத்திற்கு முன்பே கொண்டைகட்டிச் சமூகத்தவர்கள் வாழும் நகரத்துக்குத் தூரத்தில் இருந்த கடற்கரையைச் சார்ந்த ஊர்ப்பகுதியில் பஞ்சாயத்தினர் கூடும் செல்லிஅம்மன் கோயில் முன்புள்ள சத்திரத்தில், முக்கியமான எல்லோரும் கூடினார்கள். அவர்களுடைய, பல்லில் புழுவிழுந்த சமூகத்தலைவர், 'வெள்ளைக்கார துரைமார் நியாயத்தைக் கண்டுபிடிப்பதில் நிபுணர்கள், சதா கடிகாரங்களையும் மணிக்கூண்டுகளையும் கலங்கரை விளக்கங்களையும் கொண்டிருக்கக்கூடிய இந்த நகரத்தில்,

வெள்ளைக்கார துரைமாரின் நியாய உணர்வை வெல்ல வேறு எந்தச் சக்தியும் இல்லாததால் கவனமாக நாம் நடந்துகொள்ள வேண்டும்' என்று நயவஞ்சகமாக, கூறிவிட்டு உடுத்திய வெள்ளைத் துணியைத் தூக்கி வெறும் பிருஷ்டம் தரையில்பட அமர்ந்திருந்த இடத்திலிருந்து எழுந்து இருளில் மெதுவாய் நடந்து மறைந்தார். ஆனால் நூற்றிஎட்டு மைல்கள் தூரத்தில், இந்த வழக்கு நடைபெறப்போகும் நகரத்தில், இந்தச்சதித் திட்டம் ஏதும் பற்றி அறியத்தேவையில்லாத அவர்களின் வக்கீலான ஜார்ஜ் சார்ட்ரீஸ் வழக்கமாய் தான் பார்க்கும் அச்சமூகத்தின் வழக்குகள் வரும்போது கிடைப்பதுபோல் கருப்புப்பெண் கிடைக்கப் போகும் நினைவுடன் ஆழ்ந்த உறக்கத்தில் கிடந்தார்.

“நம்பமுடியாத காரியங்கள் நடந்தன. கொண்டைகட்டிகள் இருவர் தாங்களாகவே முன்வந்து தத்தம் உயிரைப் பலியிடத் தயார் செய்யப்பட்டனர். அவ்விருவருக்கும் ஊரின் பெரிய கிணற்றுக்கு அருகில் நிற்கும் ஆலமரத்துக்குக் கீழ் இரட்டைக்கல் உருவங்களாய் நினைவுச்சின்னம் எழுப்பி வருடம்தோறும் விழா எடுக்கப்படும் என்று ஊர்பிரதானிகள் வெத்திலை பாக்கு உள்ளங்கையில் வைத்து உறுதிமொழி எடுத்தனர். ரகசியமாய் நடக்கப்போகிற விபரங்கள் பலிகொடுக்கப் பட இருக்கும் இருவருக்குச் சொல்லப்பட்ட பின்பு, அந்த இருவரும், தெய்வம் ஏறியவர்கள்போல் ஒன்றாய் அலைந்தனர். ஓரிரு சிறுவர்கள் “சாமிகள்” என்று அவர்களைச்சுட்டி ரகசியமாய் குசுகுசுத்தனர். சிறுவர்கள் வீட்டாருக்கு ஏதும் தெரியாது. அப்படிப்பட்ட பெரிய ரகசியம். கலவரம் தொடங்கிய அன்று கம்பு, கத்தி, தீப்பந்தத்துடன் கலவரத்தில் ஈடுபடும் கட்டுமஸ்தான உடல் உள்ளவர்களுக்கு நம் சனங்கள் என்று அடையாளம் அறிவதற்காய், எல்லோருக்கும் வண்ணானிடம் நீலம் போட்டுத் துவைக்கப்பட்ட புதிய வேட்டிகள் கொண்டுவந்து அவற்றைச் சிறுசிறு துண்டுகளாய் கிழித்து, அடையாளம் கட்டிக் கொள்வது கலவரங்கள் நடக்கும் போது வழக்கம். இப்போது அப்படி எல்லோருக்கும் அடையாளத்துணி கட்டியவர்களே கொலை செய்யப்படப் போகும் இந்த இருமனிதர்கள் தாம்.”

கலவரம் நடந்தது பற்றி பல தாக்கலைகள் வெள்ளைக்கார நீதிபதியான ஆர்பத் நாட்டின் நீதிமன்றத்தில் இருநூறு

ஆண்டுகளாய் பாதுகாக்கப்பட்டதால் அவற்றைப் படித்துக் கொலையைப்பற்றி ஆய்வாளர் சந்திரசேகரன் இப்படி எழுதினார்.

"கத்தியோ, இரும்பு வஸ்துகளோ பயன்படுத்தாமல் சொந்த சாதியினரே நெல்லிக்காய் காய்க்கும் மரத்தின்கீழ் இருவரையும் கைகாலைக் கட்டி வைத்துப் பலர்சேர்ந்து தத்தம் கைகளால் ஓங்கிஓங்கி மிக அதிகமான பலத்துடன் அடித்தனர். ஒவ்வொரு முறை அடிக்கும்போதும் ஏதேனும் குரல் வருகிறதா என்று கவனித்துப் பார்த்தபோது இருவரும் எந்த ஒலியும் எழுப்பவில்லை. இறுதியாய் குப்புறப்போட்டுப் புளியமரக் கிளைத்துண்டுகளை இருபுறமும் வெட்டி அடித்தவுடன் இருவரும் இறந்திருக்க வேண்டும். ஒருவனின் கண்மட்டும் வெளியே பிதுங்கி இரத்தம் வடிந்திருந்தது. எந்த ஒலியும் வெளிப்படாத அளவு எதிர்சாதியின் மேல் குரோதமும் வன்மமும் அவ்விருவரையும் ஆக்கிரமித்திருந்தது. அவர்களை, சுயசம்மதத்துடன் அடித்துக் கொன்ற இடம் எதிரிச் சாதியான கட்டையன் சமூகத்தவர்கள் வாழும் பகுதி என்பதை ஏழைக்கட்டையன் சமூகத்தவர்கள் மறுநாள் காலையில் கண்டனர்."

இதுபோல் நிறைய இடைவெளிகளும் யூகங்களும் கொடூரமும் நிறைந்த கதையைப் பிற்காலத்தில் யாரும் நினைவில் கொள்ளவில்லை என்பது பொதுவாய் மக்களின் ஞாபக மறதியைச் சுட்டுவதோடு அவர்களின் முட்டாள்தனத்தையும் சுட்டுகிறதென்று மத்திய வயதைக் கடந்த அந்த ஆய்வாளர் சந்திரசேகரன் தனது முடிவைத் தெரிவித்திருந்தார். இன்று தனக்கு பழைய ஆவணங்களுக்கிடையில் தேடியபோது கிடைத்த விபரமான தகவல்கள் அன்று நீதிபதிக்குக் கிடைக்கவில்லையா, அல்லது கலவரங்களுக்குப் பயந்து முழுசும் வெளிப்படுத்தவில்லையா, என்று யோசித்தார் ஆய்வாளர். சுயசாதினரைத் தாங்களே அடித்துக்கொன்ற விபரமான முறையை ஏன் நான் இப்போது கூறியதுபோல வெள்ளைக்காரர்கள் விபரமாய் அவர்களின் ஆதிக்கம் எங்கும் நீக்கமற பரவியிருந்த அன்று வெளிப்படுத்தவில்லை என்ற கேள்விமட்டும் விடையின்றி ஆய்வாளர் சந்திரசேகரனின் மனதில் எஞ்சியது.

●●●

எழுதப்பட்டிருந்த ஜான் ஸ்டுயர்ட்டின் கதை

நமக்குக் கற்பனைவளம் இருக்கிறது என்றால், லண்டனில் 1559-ஆம் ஆண்டில் இருந்த முக்கியமான நகரங்களில் ஒன்றான ப்ளைமவுத் பற்றிக் கற்பனை செய்யமுடியும்.

ஏனென்றால் கடலுக்குச் சென்று செல்வம் ஈட்டியவனும் ப்ளைமவுத் வாசியுமான பதினாறாம் நூற்றாண்டின் கப்பல் காப்டன்களில் ஒருவன் எனத் தன்னுடைய ஊரில் பெயர்பெற்றிருந்த காப்டன் ஜான் ஸ்டுயர்ட், உலகில் பலப்பல நகரங்களில் வாழ்ந்தாலும் கடவுள் பக்தி கொண்ட தன்னுடைய தாயின் சொல்லைத் தட்ட முடிந்ததில்லை. அதனால் உலகின் எந்தக் கடற்காற்றில் அவனது முகத்தின் தோல் ஸ்பரிசம் கொண்டாலும் ஒரு குறிப்பிட்ட மாதத்தில் தாயிடம் வாக்குக் கொடுத்தது போல் ப்ளைமவுத்திற்கு வந்துவிடுவான். அப்படி வந்து அங்கு உள்ள சர்ச்சில் அவளுடன் சேர்ந்து ஞாயிற்றுக்கிழமை ஒன்றின் காலை வேளையில் பாதிரி கொடுக்கும் திவ்ய நற்கருணையை அவன் புசிக்காமல் இருந்ததில்லை. எல்லாம் தாய்க்காகத்தான்.

ஒரே ஒருமுறை - ஜான் ஸ்டுயர்ட் தன் தாயிடம் சொன்னதுபோல் லண்டனுக்குப் போகாததற்கு விதியைத் தான் காரணமாகச் சொல்லலாம்; ஆனால், அந்தக் காலத்தில் ஆக்ஸ்ஃபோர்டில் நாத்திகப் பேராசிரியர் என்று பிரபலமாகியிருந்த மிஸ்டர் மில் என்பவருடைய ஓரிரு சொற்பொழிவுகளைக் கேட்டிருந்த ஜான் ஸ்டுயர்டுக்கு அவர் தாக்கத்தால் விதி என்பது பற்றிய கருத்தில் உடன்பாடில்லை. அப்படி என்றாலும் தாய் சொல்வதற்கு எதிர்ப்புக் கூறாமல் சர்ச்சுக்கு, ப்ளைமவுத்தின் பெரிய பங்களாக்கள் (கடந்த 50 ஆண்டுகளில் பழைய, சிறிய, வீடுகள் பெரியவைகளாக விஸ்தரித்துக் கட்டப்பட்டு வருகின்றன) கொண்ட தெருவழி தாயின் கையைப் பற்றியபடி இன்னும்

திருமணம் செய்ய நேரமில்லாத ஜான் ஸ்டுயர்ட் போவதற்கு ஒரு காரணம் இருந்தது. அவனால் தன் தாயிடம் பேராசிரியர் மில்லின் கருத்துக்களைச் சொல்லி அதற்காகத் தாய் முழுந்தாள் போட்டு நெஞ்சில் சிலுவை அடையாளம் செய்து உரக்க அழுவதைப் பார்க்கத் தைரியமில்லாததால் தான். அதனால் தன் வாழ்வின் மர்மங்களை மறைத்து,ப்ளைமவுத்தில், ஜான் ஸ்டுயர்ட் இருக்கும் எந்த ஞாயிற்றுக்கிழமையும் தாயுடன் சர்ச்சுக்குப் போகாமல் இருந்ததில்லை.

ஒரே ஒருமுறை தாயிடம் சொல்லியதுபோல் இங்கிலாந்து திரும்ப முடியாததற்கு அந்த முட்டாள் கோழிக்கோட்டு சமாரினுடைய போர்வீரர்கள் செய்த மடத்தனம்தான் காரணம். எனினும் காப்டன், தாயை நினைத்து மிகவும் வருந்தாததற்குக் காரணமிருந்தது. போனதடவை ஆப்பிரிக்காவிலிருந்து அழைத்து வந்த பன்னிரண்டு வயது அடிமையைத் தாய்க்கு மிகவும் பிடித்துவிட்டது. தன் அடிமையைக் கடவுள் பற்றிய அறிவு இல்லாதவனாகத் தாயால் பார்க்கமுடியாததால் அவனை ஞானஸ்நானம் செய்வித்து கிறிஸ்தவனாக்கியதோடு அவளது பள்ளித் தோழியான மிஸஸ் டங்கனை, அந்த ஒல்லியான தேகமும் ஆறு விரல்களும் கொண்ட கருப்பு அடிமை, யாக்கப்புக்கு ஞானத் தாயாகவும் நியமித்தாள். அன்று சர்ச்சில் பாதிரியார், நாசமாய் போகும் கோபர்னிக்கஸ் என்பவன் சொல்லுவதுபோல் சூரியனைச் சுற்றித்தான் பூமி சுழல்கிறது என்ற கருத்தை யாரும் நம்பக்கூடாது, அது பைபிளில் இல்லாத கருத்து என்றார்.

கள்ளிக்கோட்டை சமாரினால் சிறைசெய்யப்பட்ட ஜான் ஸ்டுயர்ட், கொட்டைப் பாக்கையோ, கிராம்பையோ, ரப்பரையோ, மிளகையோ, பிற கப்பல்காரர்கள் போல் திருடாவிட்டாலும் அவன் திருட விரும்பியது வேறு ஒரு பொருள். அதுபற்றி சக கப்பல் காப்டன்கள் அரசல்புரசலாய் பேசிக் கொண்டது நம்பக்கூடியதாகத் தான் இருந்தது.

ஜான் ஸ்டுயர்ட் தாய்க்குத்தெரியாமல், நாத்திகத்தில் நம்பிக்கை வைத்ததுபோல் சமாரினுடைய கள்ளக்காதலியாய் அதிக தென்னைமரங்கள் வளர்ந்திருந்த, அரபிக்கடலின் தீவு ஒன்றில் வாழ்ந்து கொண்டிருந்த கறுப்புநிறமுள்ள கிழக்கத்தியப் பெண்

மீதும் நம்பிக்கை வைத்திருந்தான் என்பதே அந்தச் சக கப்பல் காப்டன்களின் கருத்து.

எது எப்படியோ, ஜான் ஸ்டுயர்ட் யாருக்கும் தெரியாமல் மூன்றுமாதம் சமாரியனின் சிறையிலிருந்துவிட்டு லண்டனுக்குச் சென்றபோது, இரட்டை நாடியுடன் பெருத்த உடம்பைத் தூக்கிக்கொண்டு நடமாடிய அவனுடைய தாயிடம் தொடர்ந்து பல பொய்களைச் சொல்லவேண்டியதாயிற்று. பொய்கள் சொல்வது அவனுக்குப் புதியதொன்றுமில்லை. சிறுவயது அடிமையான யாக்கப்புடன் அவர்கள் வீட்டின் பல ஆண்டுகளாக நம்பகமான இன்னொரு அடிமை வேலை பார்த்தான். வயது எத்தனை என்று அறியாத, பற்களில் புழுவரிப்பால் அடிக்கடி படுத்துக்கொண்டு அழும், தலைமுடி நரைத்த அடிமையான ராபின்சன் வழக்கம்போல் ஸ்டுயர்ட்டின் பொய்களைக் கண்டுபிடித்து ஸ்டுயர்ட் சார்பில் சர்ச்சில் ஏசுவிடம் மன்னிப்புக் கேட்டான்.

ஸ்டுவர்ட் சொன்ன பல பொய்களில் ஒன்று – தாய்க்குப் பிடிக்கும் என்பதால், பல இந்துக்கள் அவர்கள் வழிபடும் பாம்பையும் கல்லையும் விட்டுவிட்டு நிஜமான கடவுளை வழிபடச் செய்வதற்காக ஒரு சர்ச்சைக் கட்டுவதற்கு அரபியக் கடற்கரையோரம் ஒரு ஏக்கர் நிலம் வாங்கிக் கட்டும் பூர்வாங்க வேலைகளைச் செய்துவிட்டு வருவதால் இங்கிலாந்துக்கு வருவதற்குத் தாமதம் ஏற்பட்டது என்பது. அத்துடன் கடற்கொந்தளிப்புப் பற்றியும் அதனால் தன் கப்பலில் ஏற்பட்ட கோளாறுகளை அராபியக் கடற் கொள்ளையர்களுடன் நட்புபாராட்டி சீர்செய்தது பற்றியும் ஜான் ஸ்டுயர்ட் தடுமாறாமல் – பொய்யென்று தோன்றாதவாறு தாயிடம் அன்பு இழையோடும் குரலில் சொன்னான்.

வயதான, அடிமை ராபின்சன் ஸ்டுயர்டின் தாயின் ஆடையைத் துவைத்தபடி இருந்த சின்னப்பையனான இன்னொரு அடிமையான யாக்கப்பை ஒருவிதமாய் ஓரக்கண்ணால் பார்த்ததை இப்போது ஸ்டுயர்ட் கடைக்கண்ணால் கவனித்தான். ராபின்சனுக்கு நல்லவர்களின் மனதில் என்ன எண்ணங்கள் வந்து போகும் என்பது தெரியாவிட்டாலும் பொய்யர்கள், கபடதாரிகள், சதிகாரர்கள், பெண்களோடு வெறியுள்ளவர்கள், வீடுகளில்

சமையலறையில் உணவுப் பண்டங்களைத் திருடுபவர்களின் மனதில் ஓடும் சிந்தனைகளை அறியும் விசேஷ திறமை இருந்தது.

தன் தந்தையால் விலைக்கு, ஸ்பெயின் கப்பல் காப்டன் ஒருவனிடமிருந்து எண்ணூறு டாலர்கள் கொடுத்து வாங்கிக் கொண்டுவரப்பட்ட ராபின்சனுக்கு அந்தத் திறமை உண்டு என்பதைப் பல ஆண்டுகளாய் அறிந்திருந்தான் ஸ்டுயர்ட். குதிரைக் கொட்டகையில் சாணத்துக்கிடையில், தலையில் வலது கைவைத்து சல்யுட் அடித்தபடி மேலாடையில்லாமல் உடம்பில் சதக்சதக் என்று விழும் பெல்ட் அடிகளைத் தடுத்தபடி ஆங்கிலத்தில் "தாயிடம் சொல்லமாட்டேன் எஜமான்" என்று மீண்டும் மீண்டும் சபதம் செய்ததை நம்பக்கூடாது என்பது ஸ்டுயர்டுக்குத் தெரியும். அந்த அளவு தன் தாய் மீது பற்று, அந்த முதிய அடிமைப்பயலுக்கு. அவள் கேட்டால் சொல்லிவிடுவான். ஆங்காங்கு வெளிப்படும் இரத்தத்தை ராபின்சன் வலது கைபெருவிரலால் துடைத்து துடைத்து, நாவில் ஒற்றியபடி தரையிலிருந்து எழும்பும்போது ஸ்டுயர்ட் அகன்றான் அங்கிருந்து.

அப்போது ஸ்டுயர்ட், "பரவாயில்லை உன் ஆங்கிலம் முன்னேற்றம் கண்டுள்ளது, நாய்ப்பயலே அதனால் இப்போது உன்னை விடுகிறேன்" என்று சொன்னான்.

தூரத்தில் மரத்தில் மேல் ஏறி ஒளிந்து எல்லாவற்றையும் தன் பெரிய கண்களை மரத்தில் சேர்த்து வைத்து உடம்பை மறைத்தபடி பார்த்துக்கொண்டிருந்த இளைய வயது அடிமையான யாக்கப்பை ஸ்டுயர்ட் அப்போது கவனிக்கவில்லை. அவனது ஆறாவது விரலையும்.

தன்மகனை உத்தமனாகக் கிறிஸ்தவ நெறி தவறாமல் வளர்ப்பதற்கு அவனுடைய பத்துவயது வரை உதவிவிட்டுக் காலரா பரவிய தேசம் ஒன்றிலிருந்து உயிரின்றித் திரும்பிய தனது கணவன் மீது மீண்டும் அந்த ஆங்கில மாதுவுக்கு அன்பு தோன்றியது. அன்பு தோன்றும்போது, தனது பங்களாவின் நடுக்கூடத்தில் கோவாவிலிருந்து கொண்டுவந்த யானைத் தந்தங்களால் ஆன சட்டமிட்டு உயரமாய் மாட்டப்பட்டிருக்கும், சமீபத்தில் பலர் வீடுகளில் காணப்படும், அச்சிட்ட கறுப்பு வெள்ளையாலான ஏசுவின் இருதயம் ஒன்றைப் பார்த்து ஜெபம் செய்ய ஆரம்பித்தாள். தன் தோழர்களுடன் பணம் வைத்துச் சூதாடும் இரகசிய

இடத்துக்குப் போகும்போது ஸ்டுயர்ட் தனது தாயிடம் ஞானத்தந்தையான பாதிரி கிறிஸ்டோபரைப் பார்த்து வருவதாய் பொய்சொல்லிவிட்டுப் பிளைமவுத்தில் புதிதாய் நடைபாதை போட்டிருந்த ரோட்டில் மிடுக்காக நடந்தான்.

இக்கதை நடந்ததற்குப் பல ஆண்டுகளுக்கு பின்னர் அதாவது 1716-இல் பிறந்த தெரதள் என்ற இளம் பெண்ணின் கதைக்கு வாசகர்கள் இப்போது அழைக்கப்படுகிறார்கள். இங்குக் கதையில் அவள் நுழைகிறாள்.

தனது மூதாதையர்களைப் பாத்திரமாக வைத்து எழுதபட்ட, அவ்வளவு சிறப்பில்லாததும், ஆனால் அவளுடைய குடும்பத்தின் முக்கியமான நபர்களைப் பாத்திரமாக வைத்து எழுதப்பட்டதால் தனது குடும்பத்தின் மூத்தவர்களால் அடிக்கடி குறிப்பிடப்படுவதும் “கார்லாண்ட் ஆஃப் பெர்ள்ஸ்” (முத்துக்களால் ஆன மாலை) என்று அழைக்கப்படுவதுமான நீள்கதையைப் படித்தபோது தெரதள் ஸ்டுயர்ட்டுக்கு வயது 30. அவளுக்கு அப்போது இந்தியாவில் காணப்படும் யானைகளை வந்து பார்க்கும் ஆசை ஏற்பட்டது. தெரதள் ஸ்டுயர்ட்(இது தான் அவளின் முழுப்பெயர்) தான் படித்த கதைப்பாத்திரமான, தனது மூதாதையான ஜான் ஸ்டுயர்ட் என்ற நபரின் நாணயமில்லாத பாத்திரப்படைப்புப் பற்றி நினைத்து வருத்தம் அடைந்தாள் என்பதுதான் வாஸ்தவம்.

ஓரம் கிழிந்திருந்த தாள்களால் ஆன தங்க எழுத்துக்களை அதிகாரத் தலைப்புகளுக்குப் பயன்படுத்தியிருந்த அந்த கதை நூலை சரியான நாவல் என்று ஆங்கில ஆசிரியர்கள் கருதாததால் அவர்களின் இலக்கிய வரலாற்றில் சேர்க்கவில்லை என்றறிந்தாள் தெரதள் ஸ்டுயர்ட். எனினும், சுவாரஸ்யமிக்க அந்த நூலின் சுருக்கத்தையாவது 1745-லிருந்து 1748 வரை பிளைமவுத்திலிருந்து வந்த ‘பிளைமவுத் லிட்டரரி கெசட்டீர்’ என்ற இலக்கிய இதழின் நாற்பதாம் தொகுப்பிலும் நாற்பத்தொன்றாம் தொகுப்பிலும் பிற்கால ஆங்கில நடையில் எழுதிப் பிரசுரித்தாள் அவள். அந்தச் சுருக்கம் பற்றியச் செய்திகள் கீழ்வருமாறு:

ஜான் ஸ்டுயர்ட்டின் ஆறு கடல் பயணங்களிலில் இரண்டில் மட்டும் பிரஞ்சு கப்பல்களுடன் குண்டுகள் போட்டு யுத்தம் செய்த தகவல் வருகிறது. அதில் ஒரு பயணத்தின்போது ஓர் இஸ்பானியக் கப்பலை அழித்துவிட்டு நாற்பது பீரங்கிகளிலிருந்து

குண்டுகள் போடும் சக்தி வாய்ந்த 800 டன் எடையுள்ள பெரிய ஆங்கிலக்கப்பலில் ஸ்டுயர்ட் பயணம் செய்த விபரம் உள்ளது. ஆறு கடல் பயணங்களில் ஒன்றில் புதிய வகை கறுப்பு மீன் ஒன்றைப் பார்த்தது பற்றிய தகவல்கள் இப்படி பதிவுபெற்றுள்ளன: அதாவது பதிவின் முடிவில் கறுப்பு மீனுக்கு இரண்டு தலைகளும், ஆறு கண்களும் நான்கு வால்களும் (நான்கும் நான்கு வேறு வேறு வர்ணங்கள் – நான்காம் வால் நம்பமுடியாதபடி மயிலிறகால் ஆனது) உள்ளன. ஒரு பயணத்தில் கருப்பு அடிமை, ராபின்சனை ஸ்டுயர்ட் தனக்கான உதவியாளனாய் அழைத்துச் சென்று திரும்பவும் லண்டனுக்கு அழைத்து வந்தபோது அவனுக்கு இரண்டு மாதங்கள் பிளைமவுத்தின் பொதுமருத்துவமனையில் சிகிச்சை பெற வேண்டியிருந்தது. அதன் காரணம் கேட்ட ஸ்டுயர்டின் தாய்க்கு அரேபியக் காய்ச்சல் என்று கூறப்பட்டாலும் டாக்டர், துப்பாக்கிக் குண்டு பாய்ந்ததே காரணம் என்று நோய் பற்றிய விபரத்தை எழுதும் மருத்துவமனையின் பெரிய குறிப்பேட்டில் எழுதியிருந்தார். அப்படி எழுதப்பட்ட பக்கங்களின் தாள்களை யாரோ மர்மமாய் கிழிந்தெறிந்த பின்பு – ஸ்டுயர்டின் செல்வாக்கு, பிளைமவுத்தில் எப்படிப்பட்டது என்பதை அந்த வீட்டின் இரண்டு அடிமைகளும் (இருவரும் இப்போது நல்ல கிறிஸ்தவர்களாகி பாதிரியிடம் பாப சங்கீர்த்தனம் செய்யப் பழகியிருந்தனர்) அனுபவ பூர்வமாக அறிந்தனர்.

பாப சங்கீர்த்தனத்தில் சொல்லப்பட்ட விஷயத்தைப் பாதிரிகள் யாருக்கும் சொல்லக்கூடாது என்றாலும் சர்ச்சுடனும் சர்ச் காரியங்களுடனும் தன்னைப் பல ஆண்டுகளாய் இணைந்திருந்த ஸ்டுயர்ட்டின் தாய் எப்படியோ தனது மகன் தன்னை ஏமாற்றிக் கொண்டிருப்பதை அறிந்து விடுகிறாள். அவள் உலகம் அத்துடன் தகர்ந்தது என்பதை எந்த முட்டாளும் ஊகிக்க முடியும். மகன் கப்பலில் காப்டன் இல்லை என்றும் ஒரு சாதாரண ஊழியன் என்றும் அறிந்தபோது இத்தனை நாள் தன்னை ஏமாற்றிய தன் மகனைத் தெய்வக் குற்றம் சும்மாவிடாது, இப்படி ஒரு பாவியாகத் தன்மகன் வளர்ந்துவிட்டானே என்று விசனம் கொண்டாள். எனினும் அவள், தான் தோற்பதில்லை என்றும் இத்தனை நாள் தான் நம்பிய கடவுள் தன்னைக் கைவிடமாட்டார் என்றும் கருதினாள்.

அன்று இரவு தன் மகன் வந்தபோது மறுநாள் ஞாயிற்றுக்கிழமையில்லை என்றாலும் தன்னை சர்ச்சுக்கு அழைத்துப் போகுமாறு மனதுக்குள் கோபத்தை மறைத்தவளாய் கூறினாள். ஏதோ வழக்கத்துக்கு மாறான முறையில் பெரிய உடம்புடன் அசையும் தாய் நடந்து கொள்வதை யூகிக்காமல் இருக்கத்தான் ஒன்றும் முட்டாள் இல்லை என்று ஸ்டுயர்ட் தனக்குள் சொல்லிக்கொண்டான்.

தூரத்தில் தனது பக்கத்து வீட்டில் வாழ்ந்து குதிரைகளுக்கு லாடம் அடித்துப் பெரிய பணக்காரனாகி இப்போது இரண்டு அடிமைகளுடன் மதிப்பாக சர்ச்சுக்குப்போகிற பக்கத்து வீட்டுக்காரனைப் பார்த்தாள் ஸ்டுயர்ட்டின் தாய். அவளுக்குப் பிடிக்காவிட்டாலும் ஊர்வழக்கம்போல், இரண்டு அடிமைகளும் கைகளிலும் கால்களிலும் சங்கிலியால் கட்டப்பட்டு மெதுவாய், நடக்கமுடியாமல், சாலை ஓரமாய் நகர்ந்து சென்றனர். கோயிலுக்கு வெளியில் குதிரைகளைப் பிடித்தபடி நிறைய அடிமைகள் நின்றனர். வெள்ளை எஜமானர்களால் துரத்தப்பட்ட அநாதைகளான சில அடிமைகள் கைகளில் பைபிள் வைத்தபடி பிச்சை கேட்டுக் கொண்டிருந்தனர்.

"நாமும் நம் அடிமைகளை அதுபோல் காட்சிப் பொருளாக்கியிருக்கலாம் அல்லவா ஸ்டுயர்ட்" என்றபோது தன் தாய் அங்கதமாய் பேசுகிறாள் என்பதை ஸ்டுயர்ட் அறிந்திருக்கவில்லை. ஸ்டுயர்டின் தாய் அக்காலத்தில் இளம்பாதிரிகளிடம் பரவியிருந்த அடிமை முறை எதிர்ப்பு மனோபாவம் கொண்டவளல்ல என்றாலும் அடிமைகளிடம் கருணையுடன் நடந்துகொள்ள வேண்டும் என்ற கருத்தைத் அவளுடன் அவளின் ஊரில் படித்து இப்போதெல்லாம் பிரபுக்களாலும் கொண்டாடப்படும் எட்மண்ட் ஸ்பென்சர் என்ற எழுத்தாளரிடம் தெரிவித்தபோது அவரும் அவளுடைய கருத்தோடு உடன்படுவதை அக்கம் பக்கம் பார்த்து ரகசியமாய் தெரிவித்தார். "இந்த எழுத்தாளர்களே இப்படித்தான், பயந்தாங்கொள்ளிகள்" என்று முணுமுணுத்தாள் அவள்.

சமீபத்தில் பல சர்ச்சுக்களில் நடத்தப்படும் நாடகங்கள் எல்லாம் புதிதாய் நாடகங்கள் எழுதி நடத்தும் சேக்ஸ்பியர் என்பவருடைய நாடகங்கள் போல் புகழ்பெறவில்லை என்றாலும் இளைஞர்களும்

இளம்பெண்களும் தொடர்ந்து நாடகங்களில் நடித்தவண்ணம் இருந்தார்கள். ஸ்பென்சரும் ஸ்டுயர்டின் தாயும் ஒரு அரங்க நாடக நிகழ்ச்சியில் மீண்டும் சந்தித்தபோது ஸ்பென்சர், ஓரளவு காது மந்தமாகப் போக ஆரம்பித்திருக்கும் தன் ஊர் தோழியிடம் குனிந்து காதுக்கருகில் சென்று சொன்ன இரண்டு விஷயங்களில் ஒன்று லண்டனில் சமீபத்தில் பரவிய ப்ளேக் நோய் எலிகளால் பரவுவதால் எலிகள் முழுதும் கொல்லப்படும் விஷயம். இரண்டாவது, 80 ஆயிரம் பேர் அந்த நோயால் எலிஸபெத் ராணியால் ஆளப்படும் இந்த மகோன்னதமான இங்கிலாந்தில் செத்துபோன விஷயம்.

அதன் பின்பு, கோயிலுக்குள் நடந்த சம்பவங்கள் முக்கியமானவைகளாய் இருந்தாலும் யாராலும் எதிர்பார்க்கக்கூடியவை அல்ல. அவை பின்னால் இக்கதையில் சொல்லப்படும் என்று தெரதள் சொல்ல மறக்கவில்லை.

கோயிலில் கிழக்கத்திய தேக்கினால் செய்த பெஞ்சுகளில் மெத்தை தைக்கப்பட்டு முன்பக்கத்தில் போடப்பட்டிருந்த, பிரபுக் குடும்பத்தவர்களுக்கான ஐந்து வரிசை அமர்வுப்பெஞ்சுப் பலகைகளுக்கு அடுத்த படியாக ஜான் ஸ்டுயர்டுக்கும் அவன் தாய்க்கும் ஒரு பெஞ்சில் அமர உரிமை இருந்ததற்குக் காரணம் ஜான் ஸ்டுயர்ட் தான் இந்தியாவிலிருந்து, அந்த எல்லா இருக்கைகளுக்கும் பயன்படுத்தப்பட்டிருந்த தேக்குமரப் பலகைகளைக் கொண்டு வந்திருந்தான். பாதிரி 'மாஸ்' நிறைவேற்றுவதற்கான 'ஆல்டர்' செய்வதற்கும் மலபார் காடுகளிலிருந்து திருடிக் கொண்டு வந்த சந்தன மரம் பயன்பட்டது. இதற்கும் ஜான் ஸ்டுயர்ட்டின் உதவி பாதிரிக்குப் பயன்பட்டிருந்தது.

பாதிரியார் சர்ச்சின் வலது புறத்தில் நடுப்பகுதியில் சுவருடன் சுமார் 10 அடி உயரத்துக்கு எழுப்பப்பட்ட கைவேலைப்பாடுடன் கூடிய கார்வ் செய்யப்பட்ட, புல்பிட் மேடையில் நின்று பிரசங்கித்தார். உலக நிகழ்ச்சிகளை அடிப்படையாய் வைத்துப் பிரசங்கம் செய்யும் வழக்கம் கொண்ட பாதிரி அன்றைய பிரசங்கத்தில் முகலாய ராஜ குடும்பத்தைச் சார்ந்த அக்பர் இந்துக்களுடன் சமீபத்தில் சமரசம் செய்துகொண்டது எவ்வளவு தவறான செயல் என்று கூறினார். அத்துடன் இன்னொரு தகவலும்

தந்தார். "கேளுங்கள் இங்கிலாந்து ராணியின் பிரஜைகளே தலைக்கோட்டையில் ஒரு வாரத்துக்கு முன்பு நடந்த யுத்தத்தில் டெக்கானை ஆண்டுக்கொண்டிருந்த சுல்தான் எப்பேர்பட்ட விஜயநகர மன்னனைத் தோற்கடித்திருக்கிறான் தெரியுமா" என்று கேட்டார்.

அந்த நேரத்தில் ஜான் ஸ்டுயர்ட்டின் தாய் எதிர்பாராத விதமாக எழுந்து நின்றபோது ஆடிய தனது உடலை அமர்நதிருந்த பெஞ்சின் வெல்வெட் துணிபோர்த்தப்படாத கைப்பிடியில் பிடித்து சுதாரித்துக்கொண்டாள். பின்பு கத்தினாள்.

"எல்லோரும் கேளுங்கள், ஜான் ஸ்டுயர்ட் என்ற என்மகன் இனிமேல் என் மகன் அல்ல; கப்பலில் காப்டன் அல்ல அவன். காப்டன் என்று பொய் சொல்லி என்னை ஏமாற்றினான். அதுபோல் கிழக்கே இருக்கும் மலபாரை ஆண்டு கொண்டிருந்த சமாரினின் கள்ளக்காதலியோடு நம் மதக்கொள்கைகளுக்கு விரோதமாகக் குடும்ப வாழ்க்கை நடத்தியவன். இவன் பாவி. இவனை உங்கள் சமூகத்தில் நான் என் மகன் இல்லை என்று பிரகடனம் செய்கிறேன். மேலும் ஒன்று சொல்கிறேன். இவன் தெய்வ நம்பிக்கையும் இல்லாதவன்; நாத்திகனும் மூடனுமான பேராசிரியர் மில்லின் கருத்தை ஆதரிப்பவன். இவன் சர்ச்சுக்கு வருவது வெறும் நடிப்பு."

அவள் பேசி முடிக்கும் முன்பு அவள் வாயைத் தன் கைகளால் அடைக்க முயன்ற ஜான் ஸ்டுயர்டைத் தனது இரு கைகளாலும் இடது பக்கமும் வலது பக்கமும் பெரும் ஆங்காரத்துடன் அறைய ஆரம்பித்தாள் தாய்.

சற்றுநேரம் சர்ச்சில் ஒரே மௌனம். அப்போது கோயிலின் மூன்று பக்கங்களிலும் இருந்த ஆறு கதவுகளுக்கும் வெளியில் சலசல என்று பேசியபடியே பலிப்பூசையைப் பார்த்துக் கொண்டிருந்த அடிமைகள் கூட பேசுவதை நிறுத்தி ஜான் ஸ்டுயர்டின் தாய் திடீரென்று எல்லோருக்கும் சொன்ன செய்தியால் திக்பிரமை பிடித்தவர்களாய் மௌனமானார்கள். ஏது செய்வது என அறியாமல் ஓர் அடிமை இன்னொரு அடிமையை மாறிமாறி பார்த்தபடி இருந்தார்கள்.

ஜான் ஸ்டுயர்ட் மட்டும்தான் என்ன செய்யவேண்டும் என்று தெளிவாய் அறிந்தவன் போல் தன் தாயை இழுத்தபடி ஒரு வாசல் வழி வெளியேற முயன்றான். கால்களால் அங்குக் கூட்டமாய் இருந்த அடிமைகளை உதைத்து வழி உண்டு பண்ணி விட்டு வெளியேறும்போது "ஜான்......." என்று புல்பட்டிலிருந்து அவரின் கணீரென்ற குரலில் தன்னைக் கண்டிக்கும் பாதிரியின் குரல் விழுந்தது ஸ்டுயர்ட்டின் காதில். ஞாபகம் வந்தவன் போல் தாயைத் தரையில் தள்ளிவிட்டுப் பாதிரிக்கும் அன்று சர்ச்சுக்கு வந்தவர்களுக்கும் கேட்கும்படி கத்தினான் ஜான் ஸ்டுயர்ட்.

"என் தாய்க்கு நேற்றுக் காலையிலிருந்து பேய் பிடித்துவிட்டது. என்னிடம் நிரூபணம் இருக்கிறது. இதோ பாருங்கள் நம் புனித ஜெபமாலையை வெறுக்கிறாள்" என்று தன் கோட்டிலிருந்த ஜெபமாலையை அவள் முகத்துக்கெதிரில் அவன் சிரித்தபடியே ஆட்ட அவள் அதனை உதறித்தள்ளினாள். ஒருவருக்குப் பேய் பிடித்திருப்பது என்பது சாத்தானின் ஏவலால் வரும் நோய் என்ற கருத்துக்கொண்டிருந்த அந்த கிறிஸ்தவ மக்கள் அதனைக்கண்டு மிகுந்த அதிர்ச்சி அடைந்தார்கள். எல்லோரும் ஜான் ஸ்டுயர்டு சொன்னதை நம்பகூடிய முறையில் தெளிவாகக் கூறினான் அவன். எனினும், அவர்களில் பலர் அவன் சொன்னதை நம்பவில்லை என்பது சர்ச்சில் எழுந்த கசமுச என்ற சப்தத்தால் தெளிவானது.

ப்ளைமவுத் சர்ச்சில் போனவாரம்தான் சாத்தானின் ஏவலால் திருஇருதயப் படத்தை நெருப்பிட்ட ஓர் இளம்பெண்ணை சர்ச் உறுப்பினர்கள் 'ஓக்' மரத்தில் கட்டி நெருப்பிட்டுக் கொன்றார்கள். சாவதற்கு முன்பு அந்த 26-வயது பெண் புனித நீரைத் தன் மீது தெளித்த பாதிரியைப் பார்த்து வெறிவந்தவள்போல் கண்களைப் பயங்கரமாய் சுழற்றி, விலங்கு பூட்டிய இருகைகளாலும் தன் தலையில் அடித்துத் தன் ஆடையைக் கிழித்தெறிந்து அட்டகாசம் செய்தாள். சற்று நேரத்தில் பாதிரியால் வைக்கப்பட்ட நெருப்பு அவள் உடலில் திகுதிகு என்று பற்றி எரிய ஆரம்பித்தபோது பேய்பிடித்தவர்களை எரிக்கும்போது இறுதிவரை யாரும் நிற்கக்கூடாதென்பதால் ப்ளைமவுத்தின் மக்கள் கலைந்து சென்றனர். ஆனால் இருள் மூளும் நேரம் வரை மரம் ஒன்றின் மேலிருந்து அப்பெண் எரிவதை ஒரு கறுப்பு அடிமை பார்த்துக் கொண்டு அமர்ந்திருந்தான். அவன் வேறு யாருமல்ல ஆறு விரல் கொண்ட யாக்கப்தான்.

ஏற்கனவே குடும்பத்தில் பலருக்குத்தெரிய எழுதப்பட்டிருக்கிற அந்தக் கதையில் அந்தக் கால வாள்சண்டைகளும் குதிரை ஓட்டும் முறையைப் பற்றியும் பல தகவல்கள் வந்தாலும் அவற்றை, தெரதள் ஸ்டுயர்ட் தன் குடும்பத்தில் நடந்த அந்நிகழ்ச்சிகளைத் தன் காலத்தில் யாரும் வாசிக்கும் தகுதி படைத்தவைகளாய் கருதவில்லை. அதனால் சுருக்கியும் தொகுத்தும் கற்பனையைச்சேர்த்தும் தான் எழுதிய அந்தக் கதையில் அவற்றைச்சேர்க்கவில்லை.

எனினும் ஜான் ஸ்டுயர்ட் தன் தாயை உண்மையிலேயே சாத்தானின் ஏவல்களைச் செய்வதற்கு ஆயத்தமான ஒரு பேய்பிடித்தவள் என்று நிரூபிப்பதற்கு மிகவும் சிரமப்பட்டபோது அவனைப் போலவே தங்கள் தங்கள் வீடுகளில் தங்களைக் காப்டன் என்று பொய் சொல்லிக் கடல்பயணம் செய்த பல நண்பர்கள் (அவர்கள் எதைக் கற்காவிட்டாலும் எல்லோரும் நல்ல முறையில், அக்காலத்தில் சாதாரண மக்களிடமும் பரவிய வாள்வீச்சுக் கற்றுக் கொண்டவர்கள்) உதவினார்கள்.

பாதிரி விசாரித்தபோது அப்படிப்பட்ட ஒரு நண்பன் (அவன் இங்கிலாந்து அரசியைப் பற்றி எழுதப்பட்ட கவிதைப் புத்தகம் விற்பவரின் மகன்) இரவில் ஒருநாள் தான் ஜான் ஸ்டுயர்ட்டின் வீட்டுக்குத் தன் குதிரை ஒன்றில் ஏறி அவனை இரவு நடக்கும் நாடகத்துக்கு அழைக்கப் போனபோது வீட்டில் யாரும் இல்லாததால் பின்புறம் வாசல் திறந்து கிடந்ததைப் பார்த்து உள்ளே நுழைந்தபோது ஸ்டுயர்டின் தாய் தன் தலையிலிருந்த ஆணியை உருவிக் கொண்டிருந்ததைத் தான் கண்ணால் கண்டதை எல்லோர் முன்னிலையிலும் கூறிய செய்தி, கதை எழுதிய தெரதள் ஸ்டுயர்ட் பாதுகாக்கத்தக்க ஒரு சம்பவம் என்று கருதி, தனது கால வாசகர்களுக்காகக் கொடுத்திருந்தாள். ஸ்டுயர்டின் தாய் அவளின் விரல்களை நீட்டி கணப்பு அறையில் இருந்த விறகு கரித்துண்டுகளைக் கையில் எடுத்துச் சாப்பிட்டுக் கொண்டிருந்த செயல் அதிகம் முக்கியத்துவம் ஏதும் கொடுக்காமல் மூலநூலில் இருந்தது போலவே மறுஉருவாக்கம் செய்யப்பட்டக் கதையிலும் இருந்தது. ஜேக்கப்பின் ஞானத்தாயும் ஸ்டுயர்ட்டின் தாயின் தோழியுமான திருமதி டங்கனின் பெயர் அச்செய்தி எழுதப்பட்டிருந்த பக்கங்களில் சாட்சிகளின் இரண்டு பெயர்களில் ஒன்றாய் சேர்க்கப்பட்டிருந்ததை தெரதள் கெசட்டீரில் வாசகர்கள்

வாசிக்கத்தக்க செய்தி எனத்தந்திருந்தாள். ஜான் ஸ்டுயர்ட் பற்றிய கதையில், மிகெல் சர்வான்டிஸ் என்ற இஸ்பானிய வீரன் எழுதிய சாகஸக் கதைகளின் தாக்கம் இருந்ததை இலக்கிய அறிஞர்கள் சிலர் சொன்னபோது தெரதள் அங்கீகரித்தாள். தன்னுடைய காலத்தில் பல மொழிகளில் – இத்தாலியன், ஆங்கிலம், டானிஷ் போன்றவற்றில் மொழிபெயர்க்கப்பட்ட செர்வான்டிஸின் கதை நூலான 'டான் குவிக்ஸாட்டே'யை எழுதிய ஆசிரியனோடு தனது குடும்பத்தில் அக்கதையின் மூல வடிவத்தை எழுதிய யாரோ ஒருவருக்குத் தொடர்பிருந்ததென்ற உண்மை தெரதளுக்குப் பெருமை தந்தது. அதன் மேலோட்டமான தழுவல் தன் குடும்பக் கதையில் முழுவதும் ஆக்கிரமிக்கவில்லையெனினும் சில பகுதிகளில் இருந்தது என்றும் அறிந்தாள். அக்கதையை சுமார் நூற்றைம்பது ஆண்டுகளுக்குப் பிறகு மறு உருவாக்கம் செய்து "பிளைமௌத் லிட்டரரி கெசட்டீரில்" தான் வெளியிடுவது பெருமைக்குரிய செயல் என்றே கருதினாள்.

தெரதள், கெசட்டீரில் தன் ஸ்டுயர்ட் பற்றிய கதையில், மறுபதிவு செய்யாதது என்று கூறத்தக்கவை பிளைமவுத்தில் முதன்முதலாக அந்த ஊரின் பிரபுக் குடும்பத்தவர்கள் விளையாடிய கிரிக்கட்டும் அவளது முன்னோர் குடும்பத்தினர் நடத்திய கோழிச்சண்டையும்.

அத்துடன் அவள் வேண்டுமென்றே தவிர்த்த நிகழ்ச்சி என்று கூறவேண்டுமெனில் ப்ளைமவுத் சர்ச்சின் முக்கியமான பாதிரிக்கு துணைவரான இன்னொரு பாதிரி ஒருவர் – அவர் இளைஞர் – ஜான் ஸ்டுயர்ட்டுடன் குதிரைச் சவாரி செய்து சாலையில் போட்டியிட்டு ஜெயித்ததைப் பொறுத்துக்கொள்ளாத ஜான் ஸ்டுயர்ட், அவரை ஒருநாள் கொன்று விடுவதாக மிரட்டி விட்டுப் போன செய்தி. மிரட்டிய செய்தி, பின்னர் எப்படியோ எங்கும் பரவிய பின்பு, ப்ளைமவுத் சர்ச்சின் முக்கிய பாதிரி ஜான், ஸ்டுயர்ட் அவன் தாயைப் பற்றிப் பரப்பிய, அவள் பேய் பிடித்தவள் என்ற செய்தியைச் சந்தேகப்பட ஆரம்பித்தார்.

அதன் பின்பு தெரதள் எழுதிய நீள் கதையில் தெளிவில்லாத சம்பவங்களும், தொடர்ச்சியில்லாமல் அடிக்கடி வந்த வாள்சண்டைகளும் வாள் சண்டை செய்த நபர்களின் குடும்ப விபரங்களும் குடும்பங்களின் மூதாதையர்களின் விபரங்களும்

காணப்பட்டன. அவற்றை அவள் தவிர்க்க நினைத்தாலும் ஓரிரு சம்பவங்கள் காணப்பட்டன.

தெரதளுக்குப் பயன்பட்ட மூலநூலின் சில அதிகாரங்களில் புதியதாய் பரவ ஆரம்பித்த புரொஸ்டஸ்டான்ட் மதம் கூறும் 95 கருத்துக்களில் முக்கியமானவை எழுதப்பட்டிருந்தன. அவ்வளவு சிறப்பில்லாதவை என்று சொல்லத்தக்க சில கதைப்பகுதிகளில் இங்கிலாந்தில் பரவும் அம்மை நோய்க்கு மருந்தாகக் கப்பலில் இந்தியா போகிற வெள்ளைக்காரர்கள் கொண்டு வந்த குழிகைகளும் வேப்பிலை வைத்தியமும் தெளிவாக எழுதப்பட்டிருந்தன. இவை ஏதும் தெரதளைக் கவரவில்லை.

மூலநூலில், மேற்கிந்திய தீவில் பணம் திருடிய்தற்காக மிகைல் செர்வான்டிஸோடு சேர்த்து ஜான் ஸ்டுயர்டும் கைது செய்யப்பட்டுச் சிறையில் அடைக்கப்பட்ட செய்தி காணப்பட்டாலும் உலகப் புகழ்பெற்ற மிகைல் செர்வான்டிஸின் பெயரைப் பொறாமையால், கெடுக்க அயோக்கியன் ஜான் ஸ்டுயர்ட் விழைந்ததால் தான் சிறை சென்ற விஷயத்தை செர்வான்டஸூடன் பொய்யாய் இணைத்துள்ளான் என நூலில் ஓரத்தில் மயிலிறகுப் பேனாவால் யாரோ எழுதியிருந்தார்கள். மேலும், அந்த மூலக் கதை நூலின் பக்கங்கள் பலதும் நினைவில் நிற்காத விபரத் தொகுப்புக்கள் கொண்டிருந்தன. தேவதூதர்களின் ஓவியங்களை எப்படித் தீட்ட வேண்டும் என்று யாரோ ஒரு ஓவியப் பேராசிரியர் இந்தக் கதை நூலில் இடைச்செருகலாய் எழுதிவிட்டார் என்று கூறுமளவு அத்தகவல்கள் எழுதிக் குவிக்கப்பட்ட பக்கங்களைத் தாண்டி தெரதள் படித்தபோது பின்வரும் கதை காணப்பட்டது:

பல ஆண்டுகளுக்குப் பிறகு ஒருமுறை மேற்கிந்தியத் தீவுகளிலிருந்து ஸ்டூயர்ட் தனது முதிய அடிமையான ராபின்சன் இல்லாமல் தனியாய் வீடு திரும்பியபோது, கட்டுமஸ்தான உடல்கொண்ட அடிமையான யாக்கப் (அப்போது 28 வயது) தன் ஆறாம் விரலைப் பார்த்தபடி வாசலில் நின்று வரவேற்றான்.

மூலநூலில் இருந்து பெயர்த்தெழுதியதும் தெரதளின் இரண்டு நாள் தூக்கமின்மைக்கானதுமான தகவல் இது:

ஜான் ஸ்டுயர்ட் சர்ச் பாதிரியுடன் வாள்சண்டை செய்ததால் ஏற்பட்ட ஊமைக் காயமே தன் இறுதியை விரைவில் கொண்டுவரப்போகிறது என்று நினைத்தான். அவனது 69ஆம் வயதில் வந்த முடிவு பற்றித் தெளிவாய் யாருக்கும் தெரியாவிட்டாலும் யாக்கப் அவ்விஷயம் பற்றித் தெரிந்தவன்போல் நடுக்கூடத்தில் செத்துக்கொண்டிருந்த ஜான் ஸ்டுயர்ட்டைப் பார்த்தான். அடிமையான இளம் யாக்கப் தன்னைத் தாய்போல் வளர்த்துவிட்டு தன் மகனால் அபாண்டமாய் பேய்பிடித்தவள் என்று கொல்லப்பட்ட ஸ்டுயர்டின் தாயின் நினைவால் யாருக்கும் தெரியாமல் பல காலமாய் சித்திரவதை போன்ற அவஸ்தைக்கு ஆட்பட்டான். வெளியில் சீர்திருத்தக் கிறித்தவர்கள் கத்தோலிக்க மதகுருவான போப்பைப் பற்றிக் கீழ்த்தரமாக பிரச்சாரம் செய்து பைபிளை வாசித்து இசைக்கருவிகள் இசைத்த வண்ணம் சென்ற சந்தடி யாக்கோபின் காதில் விழுந்தது.

ஜான் ஸ்டுயர்ட் தன் தொண்டைக்குழியில் சர்ச் பாதிரியின் வாள் பாய்ந்தது என்று எல்லோரையும் நம்பவைத்தான். தன் கெட்ட நண்பர்கள் பலரும் சேர்ந்து தன் தாயைப் பேய்பிடித்தவள் என்று கூறி எரித்துக் கொன்றபின் தன்னுடன் பலர் நட்பு பாராட்டுவதில்லை என்பதை அவன் அறிந்தான். பாப்லர் மரத்தினடியில், தூரத்தில் கிராமத்தவர்கள் குஸ்திபோட்டுக் கொண்டிருக்கும் களேபரத்துக்கிடையில் தான் சர்ச் பாதிரியுடன் வாள்சண்டை செய்த அதே வாள் தொங்கிக்கொண்டிருந்த தனது வீட்டின் மூலையையே பார்த்தபடி கிடந்தான் ஜான் ஸ்டுயர்ட். அவன் எதிர்பார்த்த மரணம் விரைவில் வந்தது. ஒருநாள் 24 தூண்களுள்ள கூரையுடன் சிறிய ஆம்பித்தியேட்டரில், வீட்டிலிருந்து ஒரு பர்லாங் தூரத்தில் பிரபுக்கள் நாடகம் பார்த்துக் கொண்டிருக்கையில், ஸ்டுயர்ட் தூங்கும் நேரம் பார்த்து அவன் குரல்வளையில் அழுத்திக் கொன்ற கொடூரமான தனது ஆறாம் விரலைப் பார்த்தபடி நின்ற அடிமை யாக்கப், எஜமானன் ஸ்டுயர்ட் நினைவுக்குள் ஏன் தன் ஆறாம் விரல் ஒரு வாள்முனையாய் தெரிகிறதென்பது புரியாமல் ஸ்டுயர்டின் சாவுக்காகக் காத்திருந்தான்.

நேரடியாக எழுதப்படாமல் இருந்த இந்தச் செய்திகளைப் மூல நூலின் பல பக்கங்களில் படித்துவிட்டு அவற்றில் வரும் பல நிகழ்ச்சிகளை நிராகரித்தாள் தெரதாள். கதையின் முடிவைச்

சரியானது தானா என்ற நிச்சயமில்லாமல் ஒருவாறாகத் தொகுத்துக் கொண்ட தெரதள் ஸ்டுயர்ட், தன் குடும்பத்தின் உறுப்பினர்கள் பற்றிய கொடூரமும் பயங்கரமும் கொண்ட துயர சம்பவங்கள் தன் மனதைப் பாதிக்ககூடாதென்று எண்ணினாள். அதனால் வேறுவழியின்றிப் பல ஆண்டுகளாய், தான் கதைகள் கேட்டுக் கற்பனை செய்து வைத்திருந்த இந்தியக் காடுகளில் மதர்ப்புடன் அலையும் யானைகளையும் அந்த யானைகளைப் பிடித்து அடக்கித் தம் மாளிகைகளுக்குக் கொண்டுவருவதில் மகிழும் ராஜாக்களையும் நேரில் பார்க்க அடுத்த மாதம் இந்தியா செல்லும் கப்பல் ஒன்றில் பயணம் மேற்கொள்ள எத்தனித்தாள்.அதற்கு முன்பு தான் மூலநூலின் அடிப்படையில் கெசட்டீரில் எழுதிய கதையின் இரண்டு படிகளை மறக்காமல் தான் பயணம் செய்யும் கப்பலில் எடுத்துச் சென்ற அந்த நாள் 1776ஆம் ஆண்டு ஜூன் மாதம் முதல்தேதி.

•••

கைகள் வெட்டப்பட்ட அனார்க்கிஸ்ட்

என் அடுத்த பயணத்துக்குரிய நிலப்பகுதி எது என்று முடிவு செய்ய வேண்டும் என்று நினைத்தேன். அதனால் என்றுமில்லாத ஒரு பரவசம் என்னை ஆட்கொண்டு, அது விளக்கமுடியாத மனநிலைக்குத் தள்ளியது.

பாரதத்தின் தென்பகுதி பற்றிய பூகோளப் படங்களைப் பார்த்ததில் – திருவனந்தபுரத்திலிருந்து கிழக்குப் பகுதியில் உள்ள சிறியமலைகள் என் அடுத்த பயணத்துக்குரிய பகுதி என்று முடிவு செய்தேன். பின்பு பயணம் தொடர்ந்தது. கிழக்குப் பகுதிகளில் பெரும்பகுதியும் நீளமான காடுகளும் மலைகளும் இருந்தன. பத்மநாமபுரம் என்ற இடத்தில் ஒரு பெரிய நிலப்பகுதியை வளைத்துக் கட்டிய, பாசிபிடித்த, கோட்டையும் அபூர்வமான கல்லாலான அரண்மனையும் காணப்பட்டன. பயணம் அதனையும் தாண்டி மலைப்பகுதியில் அமைந்தபோது தொடர்ந்து காடுகளும் இன்னும் அதிக மலைப் பகுதிகளும் வந்துகொண்டிருந்தன. இது சிறு வயதில் என் முன்னோர் வாழ்ந்த பகுதி.

ஒரு குறிப்பிட்ட நோக்கத்துக்காகவே, நான் அங்குப் போய்கொண்டு இருக்கிறேன். என் பெயரைத் தெரிந்துகொள்ள வேண்டும் என்பவர்களுக்கு எழுதிக்கொள்ளுங்கள் என் பெயரை, ஆனால் சற்றுப் பொறுங்கள், என்பேன்.

நான் என் வாகன ஓட்டியிடம் மலைப்பகுதிகளில் மெதுவாகப் போகக் கூறியிருந்ததால் அப்படி அவன் மெதுவாகப் போகும்போது தூரத்தில் உயரமாக வளர்ந்திருந்த முருங்கை மரம் ஒன்றிற்குப் பின்னால் பாசிபிடித்த கட்டடம் தெரிந்ததைப் பார்த்து அவனிடம் வாகனத்தை நிறுத்தக் கூறினேன். அவன் வாகனத்தின் பின்னால் அமர்ந்திருந்த என்னை ஒருமுறை

ஏதும் பேசாமல் திரும்பிப்பார்த்தபடி இடதுபுறமாக ஓரம்கட்டி வாகனத்தை நிறுத்தினான்.

யாருமில்லாமல் உயர்ந்த மரங்கள் மட்டும் காற்றில் அசைந்த படி இருக்கும் சாலையோரம் வண்டியும் அவனும் நிற்க, தொப்பியையும் நீண்ட துப்பாக்கியையும் எடுத்துக்கொண்டு பெரிய முள்வேலியைத் தாண்டி நடந்து பாசிபிடித்தபடி தெரிந்த கட்டடத்தை நோக்கி நடந்த எனக்கு என் கண்களை நம்பமுடியாத அளவு, அக்கட்டடத்தில் சிதிலமும் பழமையும் பீடித்திருந்தன. அது சொல்லமுடியாத மிரட்சியையும் பயத்தையும் எனக்குக் கொடுத்தது. தரையில் இலைகள் விழுந்து பதிந்து மக்கிக் காணப்பட்டன. பச்சை அரணையும் பூச்சிகளும் ஓணானும் ஓடின. இடையிடையே பெயர்தெரியாக் காட்டுப் பூச்சிகள் என் சப்பாத்தையும் பொருட்படுத்தாது கருப்பு மண்ணில் அங்கும் இங்கும் நெளிந்தன. கட்டடத்தின் உள்பக்கம் உடைந்த சன்னல் வழி பார்த்ததில் எண்ணமுடியாச் சிலந்திக்கூடுகள் இருந்ததால் கட்டடத்தைச் சுற்றிப் பார்க்கலாம் என்று நாலாபுறமும் என் பழங்கால புகைப்படக் கருவி ஒன்றுடன் நடக்க ஆரம்பித்தேன்.

கட்டடத்தின் பின்பகுதியில் வந்தபோது ஒரு பெரிய அமைதிக்கிடையில் பறவைகளின் கூச்சலுக்கிடையே ஒரு கற்சிலை காணப்பட்டது. கறுப்பாகவும் உயரமாகவும் நின்ற கற்சிலையில் மிகுதியாகப் பாசிபிடித்து மழைக்கும் வெயிலுக்கும் அதை யாரும் பாதுகாக்காததால் மிகப் பழமையான வடிவமாக உருவாகியிருந்தது. கல்லில் சிலையைச் செதுக்கியிருந்தவன் அந்தச் சிலைக்கு ஒரு மிடுக்குத் தன்மையும் உயிர்த் தன்மையையும் அவனுடைய அதித் திறமையால் வழங்கியிருந்ததைக் குறிப்பிட்டே ஆக வேண்டும். சிலைக்கருகில் நான் நின்று சிலையின் முகத்தைப் பார்த்தபடி இருந்தேன். என் காலைச் சுற்றி மக்கிப்போன இலைதழைகளுக்குள் ஜீவித்திருந்த பலவகை வர்ணத்துடன் கூடிய பூச்சிகள் எழுந்து இப்பகுதியிலும் நடமாட ஆரம்பித்தன. அவற்றில் சிவப்பு வெல்வெட் போன்ற உடலைக் கொண்ட விஷமற்ற பூச்சிகளைக் கவனித்தவண்ணம் சிலையின் கண்களின் தீவிரத்தைப் பாசிக்கிடையில் பார்த்தபடி நின்றபோது ஒருவன் பின்னால் வந்து நின்றதை உணர்ந்தேன். என் துப்பாக்கியின் குதிரையில் விரல்தானாகவே போக, நான் நின்ற அதே திசையிலிருந்து உடலைத் திருப்பாது தலையை மட்டும்

திருப்பிப் பின்னால் நின்றவனைப் பார்த்தேன். இடுப்பில் ஒரு துணியைக் கட்டியபடி அந்தப் பிராந்தியத்தில் தாழ்த்தப்பட்ட சனங்கள் நின்று வணங்குவது போல் தலையில் கட்டப்பட்ட அழுக்கேறிய துணியைக் கக்கத்தில் இடுக்கிக்கொண்டு வயதான ஒருவன் குனிந்து நின்றிருந்தான். இந்தத் தோற்றத்துக்கு மாறாக அவனிடம் காணப்பட்ட ஒரே ஒரு வஸ்து, இரண்டு கால்களுக்குமிடையில் செருகப்பட்ட ஆடையில் இடுப்பிலிருந்து தொங்கிய வட்டவடிவமான பாக்கெட் கடிகாரம்.

நான் அவனை இப்போது திரும்பிப் பார்த்தேன். என் உடலும் அவன் உடலும் ஒன்றை இன்னொன்று நேர் கொள்ளும்விதமாக அமைந்தன. அவன் என் வெள்ளைக்காரர் உடையையும் என் சுத்தத்தையும் என் தோலாலான சப்பாத்தையும் எண்ணெய் இட்டுத் தேய்க்கப்பட்ட துப்பாக்கியையும் கூர்ந்து பார்த்தபோது, அவன் இதழ்களிலிருந்து ஒரு பெயர் தெளிவாக வெளிப்பட்டது.

'வில்லியம் வுட்ஹௌஸ்'

அவன் முகத்தில் புன்னகையோ, வேறு எந்தச் சலனமுமோ இல்லை. நான் கையை நீட்டினேன். புன்முறுவலுடன் அறுபத்து ஏழு ஆண்டுகளாக அந்த வீட்டைக் காத்தபடியும் அந்த நிலம், அதில் காணப்படும் பல ஏக்கர் விவசாயம் ஒரு குளம் இவற்றையும் பாதுகாத்த படி அவனும் அவன் மனைவியும் இரண்டு மகன்களும் மகன்களின் குழந்தைகளும் அந்தப் பழங்கால வீட்டில் வாழ்ந்து வருகிறார்கள்.

எண்பத்தேழு வயசான காத்தமுத்து பதற்றப்படாமல் வீட்டுக்குள் போவோமே என்று ஆங்கிலேயர்களிடம் கூறுவது போலும், நான் இன்னும் உங்கள் வழிமுறைகளை மறக்கவில்லை என்பதை தெரிவிப்பதுபோலும், கையைத் தரையை நோக்கியும் பங்களாவை நோக்கியும் ஒரே நேரத்தில் காட்டினான்.

அறுபத்தெட்டு வயதான என்னுடைய தாத்தா ஜார்ஜ் வுட்ஹவுஸால், 1911-இல் வாஞ்சிநாதன் கலெக்டர் ஆஷ்துரையை மணியாச்சியில் சுட்டதற்கு சரியாக பத்தாவது நாள் இந்தியாவில் இனி வாழ முடியாது என்று புறப்பட்டுப்போனார்.

ஆனால் என் தந்தையும் தாயும் அப்படி உடனே போகாததால் நான் 1935-இல் அக்டோபர் 17-ஆம் தேதி பிறந்தது சாட்சாத் இதே பங்களா.

"வேண்டாம் காத்தமுத்து ஆறுக்குப் பாக்கப்போவோம்" என்றேன்.

உடனே "ஆற்றுக்கு" என்று திருத்தினான் காத்தமுத்து. அந்தக் காலத்தில் நான் லண்டனுக்குப் போகுமுன்பு நன்றாகத் தமிழ்பேசுவேன் என்றான் அவன். இருவரும் இப்போது புன்முறுவல் பூத்தபடி ஐம்பது ஆண்டுகளுக்கு முன்பு ஓடி விளையாடிய அந்த நிலத்தின் கிழக்குப் பக்கம் ஆற்றைப் பார்க்கப் புறப்பட்டோம். நாங்கள் ஒன்றாகச் சேர்ந்து விளையாடினோம். என் தாதியர்கள் என்னைவிட வயதான காத்தமுத்து தீண்டத்தகாதவன் என்று என் தாய் மார்கரட்டிடம் எவ்வளவோ எடுத்து விளக்கியும் புராணங்களையும் கதைப்பாடல்களையும் பாட்டாகப்பாடியும் கூட என் தாய் தீண்டாமையை ஒத்துக்கொள்ளாததற்குக் காரணம் அவள் கிறிஸ்தவ நெறி முறைகளைப் பின்பற்றியதாக இருந்ததோடு அவள் அக்காலத்தில் லண்டனில் இருந்த எங்கெல்ஸ் என்ற புரட்சிக்காரனின் தங்கை படித்த அதே பள்ளியில் படித்தவள் என்பதும் காரணம் என்று இந்தியாவிலிருந்த பல வெள்ளைக் காரிகளின் ஏகோபித்த எண்ணம்.

காத்தமுத்துவுடன் கூடவே அப்போதெல்லாம் இன்னொருவன் இருந்ததும் அவன் பெயர் சாகுல் அகமது என்பதும் எனக்கு இப்போது திடீரென்று ஞாபகத்துக்கு வர நான் காத்தமுத்துவைப் பார்த்துக் கேட்டேன்.

"சாகுல் அகமது இப்போது எங்கிருக்கிறான்?"

அதற்குள் காத்தமுத்து என் டிரைவருக்கு ஆள்மூலம் எங்கள் பழைய பங்களாவில் வந்து ஓய்வெடுக்குமாறு ஏற்பாடு செய்தான்.

"அது அல்ல அவனுடைய பெயர். அவன்பெயர் சுல்தான் ஹமீது. அவன்தான் அங்குக் கைகளில்லாமல் சிலையாக நிற்கும் மனிதன்."

எனக்கு வியப்பாக இருந்தது.அந்தச் சிலைக்குக் இரண்டு கைகளும் இல்லை என்பது இப்போது ஞாபகம் வந்தது. ஏனெனில் இரண்டு

கைகளும் இல்லாமல் நின்ற அந்தச் சிலையின் முகத்தில் பாசி அதிகம் ஏறியிருந்ததால் எனக்கு அது சிறுவயதில் பார்த்த ஒரு முகம் என்ற எண்ணத்தை ஏற்படுத்தவில்லை என்று ஐயம்கொண்டேன்.

காத்தமுத்துத் தொடர்ந்து பேசிக்கொண்டே வர எனக்கு அங்கு வளர்ந்திருந்த செடிகொடிகள், மரங்களில் தொங்கிய பழங்கள், ஓடிய புழுப்பூச்சிகள் போன்றவற்றின் தமிழ்ப்பெயர்களை மீண்டும் ஞாபகப்படுத்த முடிந்தது. மொத்தத்தில் காத்தமுத்து தொடர்ந்து சொன்னவைகளின் சாராம்சம் இப்படி இருந்தது.

நீங்கள் புறப்பட்ட பின்பு இந்த நாட்டில் பெரிய மாற்றங்கள் ஏதும் நடக்கவில்லை. இந்தப் பகுதியில் சேரிகள் அதிகமாயின. தீண்டாமையும் அதிகமாயிற்று. நிலங்களை வைத்திருந்தவர்கள் அதிகம் அதிகம் வன்முறையைப் பயன்படுத்தினார்கள். சேரிமக்களுக்குச் சாப்பாடு கிடைக்கவில்லை. வயல்களில் காலை ஆறுமணிக்கே வேலை செய்யப்போனார்கள். வெள்ளைக்காரர்களின் காப்பித் தோட்டங்களை வடஇந்தியாவிலிருந்து வந்த பெரிய முதலாளிகள் வாங்கி நடத்தியபோது தீண்டாதாரின் கஷ்டம் பல மடங்கு கூடியது.

ஓலைக்கூரை வழி, மழை வீட்டுக்குள் வருவதைப் பொருட்படுத்தாது கட்டப்பட்ட குடிசைகளில் காப்பித்தோட்டத்தில் வேலை செய்தவர்கள் பிழைப்பை நடத்தினார்கள். மஞ்சள் காமாலையால் பீடிக்கப்பட்டுப் பசித்த தோற்றத்துடன் வேலை செய்பவர்கள் காணப்பட்டார்கள். சிலர் வயிற்றுப்போக்கு நோயால் பீடித்ததால் கண்ட இடங்களில் மலங்கழித்துக் கொண்டு திரிந்தார்கள். அவர்கள் நெஞ்சங்கூடு கட்டப்பட்ட முள்வேலிபோல் காட்சி தந்தது. கால்கள் ஏணிபோல் தெரிந்தன. மெதுவாக நடந்தார்கள். நின்று சற்றுநேரம் எடுத்துத் தலையைத் தூக்கிப் பார்க்க மட்டுமே முடிந்தது அவர்களுக்கு. நிமிர்ந்து நடக்கும் திரர்ணிகொண்டவர்களை மிகக் குறைந்த நாணயங்களைக் கொடுத்து அடிமைகளாய் வாங்கமுடியும். அப்பகுதியில் இப்பழக்கம் வெளி உலகத்துக்குத்தெரியாமல் ரகசியமாய் இருந்தது. கடிதங்களை வாசிக்க இந்த ஏழை சனங்கள் ஆசைபட்டார்கள். ஏனெனில் தூரப் பகுதிகளில் வாழ்ந்த இந்த மக்களின் குடும்பத்தினர் சாகும்போதும் திருமணம்

புரியும்போதும் கடிதங்கள் வரும். கடிதங்களை வாசிப்பதற்குக் கூலியாகப் பெண்களின் கற்பு பகிரப்பட்டது.

இப்படிப்பட்ட மக்கள் ஒழுக்கமின்மையுள்ளவர்கள் என்றும் கொள்ளைக்காரர்கள் கொலைகாரர்கள் என்றும் பெயர்பெற்றது ஆச்சரியமல்ல. இவர்கள் மத்தியில் ஆரோக்கியமான உடல் உள்ளவர்கள் பொதுசனங்களைக் கொலைகள் செய்ய பல நாடுகளுக்கு அழைத்துக் கொண்டு போகப்பட்டனர். அதற்கு நிறைய தேவை இருந்தது. இவர்களில் வெள்ளைநிறம் கொண்டவர்கள் – அவர்கள் பிறப்பு சந்தேகிக்கப்பட்டாலும் – அவர்களைப் பக்கத்து நகரங்களில் நாடகங்களில் நடித்தால் அரசியலுக்குப் போகலாம் என்று ஆசைகாட்டி அழைத்துப் போனார்கள். நாடகங்களில் நடிக்கப்போன பெண்கள் ஊருக்கு வந்தபோது பால்வினை நோயைப் பரப்பக் காரணமானார்கள்.

இத்தருணத்தில்தான் ஒரு சீர்திருத்தக்காரன் பிறந்தான்.

சிறுவயதிலேயே சாதிவித்தியாசமும் தீண்டாமையும் கடைப்பிடித்தவர்களை அவன் கையில் ஒரு சாட்டை வைத்து அடித்தான். அவன் குதிரையில் வேகமாக வந்து மறைந்து போகிறவனாக இருந்தான். அவனை மேல்சாதி அரசாங்கம் கொலை செய்ய பகீரத பிரயத்தனம் செய்தது. அவன் மின்னல்போல் வந்து மறைவதோடு, பல தீண்டத்தகாதவர்கள் அவனுக்கு ரகசியமாக உதவினார்கள் என்ற பேச்சும் இருந்தது. அவனைக் கவர்னர் ஜெனரல் பிடிக்க விரும்பி அவன் தலைக்கு மிகுதியான நாணயம் தரப்படும் என்று அரசிதழில் ஆணையைப் பிரகடனம் செய்தார். ஆனால், அவன் எங்கு இருக்கிறான் என்பதோ எப்படி வருகிறான், எப்படி மறைகிறான் என்பதோ யாருக்கும் புரியாததாக இருந்தது.

அவன் இஸ்லாம் மதத்தைச் சார்ந்தவன் என்பது மிகவும் பிற்பட்ட காலத்தில்தான் வெளிப்பட்டது. பெயர் சுல்தான் ஹமீது. முன்பு தீண்டத் தகாதவனாக இருந்த வேலாண்டியின் மகன்தான் சுல்தான் ஹமீது என்றும், வேலாண்டி மலேசியக் காடுகளில் வேலைக்குப் போனபோது அங்கே முஸ்லீமாக மதம் மாறினான் என்றும் அங்கு அவனுக்குப் பிறந்தவனே சுல்தான் ஹமீது என்றும் செய்திகளைச் சனங்கள், பாதி உடைந்த பற்களுடன், மதுகுடிக்கிற இடங்களில் பேசினார்கள்.

இவன் பெயர் இதுதானா என்பதும் இங்கு யாருக்கும் தெரியாது. ஆனால், சுல்தான் ஹமீது என்றால் எல்லோரும் பயந்தார்கள். தீண்டத்தகாதவர்கள் தைரியம் கொள்ளவும் சுல்தான் ஹமீது என்ற பெயர் போதுமானதாக இருந்தது.

அந்தச் சமயத்தில்தான் கவர்னரின் நண்பர் என்று பெயர்பெற்றிருந்த காப்பித் தோட்டத்தின் முதலாளி ஒருவரின் கொலை பற்றிய கதை ஒன்று பரவ ஆரம்பித்தது. அது நடந்த முறை இப்படி.

காப்பித்தோட்ட முதலாளி தன் சொகுசுத்தனத்தால் தான் அன்றைக்குச் செத்தார் என்கிறவர்களும் உண்டு. சாலையில் அவருடைய 'பிளைமௌத்' காரில் முதலாளியும் அவருடைய கணக்குப் பிள்ளையும் கிழக்காக ஆறு மைல் தூரத்தில் வந்துகொண்டிருந்தபோது ஒரு உருவம் தலையில் கறுப்புத் துணி கட்டி முகத்தை மூடியபடி ரோட்டின் நடுவில் நின்றது. அந்த உருவத்துக்கு முன் ஒரு பெரிய கல் உருட்டி வைக்கப்பட்டிருந்தது. அந்தக் கல்லைப் பத்துபேராவது சேர்ந்துதான் உருட்ட முடியும். அவ்வளவு வடிவமைப்பற்ற பெரிய கல் அது.

வேறு வழியின்றி முதலாளி காரை நிறுத்தினார். "யாரடா நாயின் மகனே நீ" என்று அவர் கேட்பதற்குள் அந்த முதலாளியின் நெஞ்சாங்குலையில், ஒன்றரை அடி நீளமும் பூபோட்ட யானைத் தந்தத்தாலான கைப்பிடியும் உள்ள, கட்டாரி பாய்ந்த அதேவேகத்தில் உருவி எடுக்கப்பட்டது. முதலாளியுடன் வந்த கணக்குப்பிள்ளை தலைதெறிக்க ஓடி காட்டுக்குள் புகுந்து தப்பிக்கொண்டான். மறுநாள் முதலாளியின் பிணத்தில் ஒரு தாள் காணப்பட்டது. பென்சிலால் தப்பும் தவறுமாக மலையாளத்தில் எழுதப்பட்டிருந்தது. "தோட்டத்தில் வேலை செய்கிறவர்களை வதைக்காதே."

விசாரித்ததில் ஒரு முதிய தாழ்த்தப்பட்டவனை அன்று காலையில் முதலாளி காலால் எட்டி உதைத்த சம்பவம் நடந்திருந்தது. வறுமை இருக்கிற இடத்தில்தானே வன்முறை இருப்பது போல் கம்யூனிசமும் இருக்கும். அப்போது பிற்காலத்தில் அப்பகுதி முழுதும் கம்யூனிசம் பரவியிருந்தது போல் பல ஆண்டுகளுக்கு முன்பு கம்யுனிசக் கருத்துகள் பரவியிருந்தன என்றும் கூறமுடியாது. சிலர் அன்று செருகப்பட்ட கட்டாரிதான்

அப்பகுதியில் அடுத்த சில வருடங்களுக்குள் கம்யுனிசம் பரவ தூண்டுகோல் என்று பிற்காலத்தில் சொன்னார்கள்.

கவர்னரின் போலீஸ் படையில் பல வெள்ளைக்காரர்கள் காணப்பட்டனர். மூன்று நாட்கள் அப்பகுதிகளில் போலீஸ் வருவதும் போவதுமாக இருந்தனர். தீண்டத்தகாதவர்கள் பொறுத்துப் பார்த்துக் கடைசியாய் ஊர்பிரதானியின் தலைமையில் அப்பகுதி காப்பித்தோட்டங்களின் முதலாளிகளின் மாளிகையைச் சுற்றி வேட்டை நாய்களாலும் ஒன்பதடி கம்பிவேலிகளாலும் காவல் செய்யப்பட்ட காம்பவுண்டின் முன்வாசலில் கூடி அவர்களின் வழக்கப்படி தலைப்பாகையும் ‘கசவுள்ள’ (ஜரிகையுள்ள) ஆறுமுழ வேஷ்டியும் தலைவாழைப்பழங்களும் ஒருதட்டில் வைத்துக் கொடுத்துத் தங்களை மன்னிக்கும் படி வேண்டினர். எதற்காக இப்படி ஓர் மன்னிப்பு கேட்கப்பட்டது என்பது தங்களுக்குத் தெரிந்தாக வேண்டும் என்று அம்மக்களின் மத்தியில் இருந்த இளம்பிராயத்தினர் ஊர்பிரதானியைக் கேட்டபோது ஊர்பிரதானி இப்படிக் கூறினான், இடுப்பில் வாழையிலையில் சுருட்டி வைக்கப்பட்ட பழைய வெற்றிலையை வாயில் போட்டபடி.

“காலம் காலமாக அடிமைகளாக முதலாளிகளுக்குச் சேவகம் செய்து வாழ்வது எதற்காக என்பதை இவர்கள் தெரிந்தவர்கள்.” அந்தப்பேச்சும் மலையாளத்தில் இருந்தது.

எதுவும் புரியாத இளைஞர்களில் நான்குபேர் அன்று இரவில் தனியாக ஓரிடத்தில் கூடினார்கள். அப்படிக் கூடியாதாலோ என்னவோ, அடுத்தநாள் இன்னொரு காப்பித்தோட்டத்தின் கங்காணியின் உடல் ஒன்று பக்கத்தில் ஓடும் பச்சைப்பாசிபிடித்த பாழாறு ஒன்றின் கரையில் கிடந்தது. கவர்னரின் போலீஸ் படையின் துணை உயரதிகாரி வந்து சப்பாத்துக் காலால் அவன் பிணத்தைப் புரட்டிப் பார்த்துவிட்டு, அதன் வயறு கீறி குடல் உருவிப் பக்கத்து ஓடையில் வீசப்பட்டு இருப்பதைக் கண்ட பின்பு இப்படிச் சொன்னான்.

“பாழாற்றுக்குள் பாருங்கள் எத்தனை பிணங்கள் கிடக்கின்றன?”

சிலர் இறங்கி குடல் உருவப்பட்ட ஐந்து மனிதர்களின் பிணங்களைப் பார்த்தபோது ஆச்சரியப்படவில்லை; ஒரு

ஆடையற்ற, பெண்ணின் குடல் உருவப்பட்ட பிணத்தைப் பார்த்தபோது பலர் நடுங்கினார்கள்.

இப்படி இந்தக் காப்பித் தோட்டப்பகுதியில் கொலைகள் சர்வசாதாரணமாக ஆரம்பித்தன. சுல்தான் ஹமீது ஓரிடத்தில் முதலாளியின் நெஞ்சில் (அவன் கொலை செய்யும் இந்த முறையை வேறு யாரும் பின்பற்ற முடியாதிருந்தது) கட்டாரியை இறக்கினால் மறுநாள் நான்கைந்து தீண்டத்தகாதவரின் குடல் உருவி எடுக்கப்பட்ட உடல்கள் நீருக்குள் வீசப்பட்டன.

கதையின் இந்த இடத்தில் இங்கிலாந்தில் படித்து இலண்டன் நகரத்தில் வாழ்ந்த எனக்கு ஒரு விசயம் புரியவில்லை. மெதுவாக காத்தமுத்துவைப் பார்த்துக் கேட்டேன். “குடல் ஏன் உருவ வேண்டும்?”

உடனே அவனிடமிருந்து பதில் வந்தது.

“அப்போ தான் உடல் நீருக்குள் அமிழும். கொலை வெளியில வராது.” கொலை செய்பவர்களின் அனுபவம் இத்தகைய அறிவை வழங்கியிருக்கலாம் என்று நான் எண்ணினேன். காத்தமுத்து தொடர்ந்தான்.

பல ஆண்டுகள் இந்த வெறியர்கள் மாறிமாறிக் கொலைகளும் கொள்ளைகளும் நடத்திக் கொண்டிருந்த ஒருநாள் சுல்தான் ஹமீது முகத்தைக் கறுப்புத் துணியால் மறைத்துக் கொண்டு மீண்டும் நடுரோட்டில் நின்றபோது கொடுமையாக மக்களை நடத்தும் இன்னொரு தோட்ட முதலாளி தன் காரில் வந்தான்.

சுல்தான் ஹமீது யாரையும் மன்னித்துப் பழக்கமில்லாததால் முதலாளி அவன் காலில் விழுந்து ‘இஸ்லாம் அலேக்கம்’ என்று வணங்கினான். தோட்ட முதலாளியின் நடுமார்பில் கட்டாரியைச் செருகிய அதேநேரம் இன்னொரு சுல்தான் ஹமீது கையில் கட்டாரியை வைத்துக்கொண்டு இவனுக்குப் பின்புறம் இவனைப் போலவே நெஞ்சை நிமர்த்தியபடி வந்து நின்றதைப் பார்க்கவில்லை. வந்துநின்றவனின் கட்டாரியின் பிடியும் பூபோட்ட யானைத் தந்தத்தால் ஆனதாய் இருந்தது; அவனது கட்டாரியும் இவனுடையதைப் போல ஒன்றரை அடி நீளம், மற்றும் கூர்மையானது.

இன்னொருவன் நிற்பதைப் புலன்கள் சுட்டியதும் "யாரடா நீ?" என்று கேட்டபடி முதல் சுல்தான் ஹமீது திரும்பியபோது இரண்டாம் மனிதன் இப்படி ஒரு பதிலைத் தருவான் என்று அவன் நினைக்கவில்லை.

"நான் சுல்தான் ஹமீது, நீ யாரடா?"

கதையை இந்த இடத்தில் நிறுத்தினான் காத்தமுத்து. அவன் தலை அவனைவிட உயரமான என்னை நோக்கி உயர்ந்திருந்தது. கண்கள் என் பின்னால் தூரத்தில் எதையோ கூர்மையாய் பார்த்தன.

"ஏன் நிறுத்திவிட்டாய்" என்று நான்கேட்டபோது, காத்தமுத்து என்னை அந்தப் பழைய பங்களாவுருக்கருகில் அழைத்து வந்திருந்ததை அறிந்தேன்.

"மீதி கதை உங்களுக்குத்தான் தெரியுமே."

என் ஞாபகம் எங்கெல்ஸின் தங்கையின் தோழியான என் தாய், இலண்டனில் 1947ஆம் ஆண்டு மரணப்படுக்கையில் கிடக்கும்போது என்னிடம் கூறியவற்றை நினைவுக்குக் கொண்டு வந்தன.

"வன்முறையின் மூலம் சமூகத்தை மாற்றும் என்வெறி தான் சுல்தான் ஹமீதை எங்கெல்ஸின் கருத்துக்களை ஊட்டி வளர்த்தது. மார்க்ஸின் உபரி மதிப்பு பற்றி பத்து வகுப்புகள் அவனுக்குப் போதித்தேன். மலேசியாவில் இருந்த போது முஸ்லீமாக மாறி இந்தியாவுக்கு வந்தவனும் நானும் நண்பர்களானோம். என் தீவிரவாத கம்யூனிஸ்ட் போதனைகளை அவனிடம் புகுத்தினேன். வன்முறை மட்டுமே சாதி வித்தியாசத்தை மாற்றும் என்று அவனும் நினைத்தான். அவனுக்கு வயதாகும்போது இன்னொரு கம்யூனிச போதனை பெறாத சுல்தான் ஹமீது வந்து இவன் நெஞ்சில் கட்டாரியைச் செருகுவான் என்பது எனக்குத் தெரியாது. லண்டனில் நீ உன் ஒன்றுவிட்ட சகோதரிகளுடன் வளர்ந்து கொண்டிருந்தபோது நான் எங்கெல்ஸின் சகோதரியின் சகவாசத்தால் உருவாக்கிய என் கருத்துக்களைப் பயன்படுத்தி அந்த ஊரின் அநியாயத்தைப் போக்க முயன்ற சோதனை ரீதியான வன்முறைகள் ஓரிரு கொலைகளில் முடிந்துவிடும் என்று நினைத்தேன். கொலைகள் தொடரும் என்று அறிந்தபோது பயப்பட

ஆரம்பித்தேன். பின்பு நான் இந்தியாவிலிருந்து புறப்படும்போது நான் சதா போதித்துக் கொள்கைவெறியையும் ஊட்டிய முதல் சுல்தான் ஹமீது ஆஸ்பத்திரியில் கிடந்தான். மகனான உன்னோடு வாழ லண்டன் வருவதற்குள் அவனைப்போய் பார்த்தேன்.

'நீங்கள் புறப்படுகிறீர்களா?'

'ஆம்'

'புறப்படுங்கள். உங்கள் அறிவும் என் செயல்பாடும் இணைந்தால் புதிய ஒரு உலகம் தோன்றும் என்று நினைத்தேன். இன்னொரு சுல்தான் ஹமீது வந்து விட்டான்' என்றான், "என்னால் உருவாக்கப்பட்ட முதல் சுல்தான் ஹமீது. கொள்கைவெறி பிடித்தவன்; அவனைப் போல் இன்னொருவனைப் பார்க்க எனக்கு இன்னொரு வாய்ப்பு ஏற்படாது. ஆனால், அந்த இரண்டாம் சுல்தான் ஹமீது எந்தக் கொள்கையும் இல்லாதவன். கட்டாரி மட்டும் பிடிக்கத் தெரிந்தவன்."

காத்தமுத்து என் அம்மா கொடுத்த எங்கள் பங்களாவில் சாகும்வரை முதல் சுல்தான் ஹமீதுவைப் பாதுகாத்தான் என்பதும் அம்மா அந்த பங்களாவையும் அதனைச் சுற்றியுள்ள நிலபுலங்களையும் சுல்தான் ஹமீதுவுக்குச் சொந்தம் ஆக்கினாள் என்பதும் எனக்குத் தெரிந்திருந்ததால் நான் ஏதும் காத்தமுத்துவிடம் கேட்கவும் இல்லை. அவன் சொல்லவும் இல்லை.

பின்குறிப்பு:

சுல்தான் ஹமீது ஈ.எம்.எஸ். நம்பூதிரிபாட் கேரளத்தில் முதல்முறை முதலமைச்சராக இருந்தபோது ஒருமுறை திருவனந்தபுரம் செக்ரடரியேட்டில் அவரைப்பார்க்கச் சென்றதும் ஏற்கனவே நம்பூதிரிபாடுக்கு, கம்யூனிஸ்ட்கட்சி அண்டர்கிரவுண்டில் இருந்தபோது சுல்தான் ஹமீது பலவிதங்களில் உதவியதும் கேரளத்தில் பலர் பேசுவதை யாரும் கேட்கலாம். எனினும் சுல்தான் ஹமீதுக்கு மெட்டில்டா வுட்ஹௌஸ் மூலம் பாய்ந்திருந்த அனார்க்கிஸ்ட் ரத்தம் அவன் சாகும்வரை கம்யுனிஸ்ட் கட்சியின் சட்டதிட்டங்களை ஏற்று வாழும் ஆசையை ஏற்படுத்தவில்லை. எனினும், நிலச்சுவான்தார்கள் செய்த சதியால் ஒருநாள் அமாவாசையன்று நடுஇரவில்

சுல்தான் ஹமீதின் இரண்டு கைகளும் வெட்டப்பட்டபோது அப்பகுதியில் முளைவிட ஆரம்பித்திருந்த கம்யுனிஸ்ட் கட்சி மட்டுமே பகிரங்கமாக உதவி செய்தது. அப்போது சிறுவயதில் நண்பனானவனும் புதிதாய் வந்த கட்சியின் மீது பிடிப்பும் பற்றுமுள்ளவனுமானுமாகச் செயல்பட்ட காத்தமுத்து மட்டுமே தைரியமாய் சுல்தான் ஹமீதை விட்டு அகலவே இல்லை. அதற்கான ஊதியமாகச் சாகும் தருவாயில் என்றைக்கும் அந்நிலம் நிலச்சுவான்தார்களுக்குப் போய் சேரக்கூடாது என்பதற்காக, வில்லியம் வுட்கௌஸின் தாய் மெட்டில்டா வுட்ஹௌஸ் விட்டுச்சென்ற மாளிகையும் நிலபுலங்களும் காத்தமுத்துவின் பெயரில் எழுதப்பட்டது. காத்தமுத்து செய்த சுல்தான் ஹமீதின் சிலையை நான் திரும்பிப்பார்த்தேன். பழைய ஞாபகத்துடன் எங்கள் குடும்பத்தின் பாக்கெட் கடிகாரத்தைப் பார்த்தபடி நிற்கும் காத்தமுத்து, இன்னும் அப்பகுதி விவசாயிகளுக்கு ஆதரவான நடவடிக்கைகளுக்காகவும் பொருளாதார உதவிக்காகவும் அந்த பங்களாவையும் நிலபுலன்களையும் மனசாட்சிப்படி பயன்படுத்தி வருகிறான். அதைக் காத்தமுத்து சொன்னாலும் இப்போது தன் அம்மாவின் சித்தாந்தத்தை விட்டு வெகுதூரம் விலகிவிட்ட வில்லியம் வுட்ஹௌஸ் அதுபோன்ற விபரங்களைக் கேட்பதில் ஈடுபாடு காட்டவில்லை.

●●●

தூத்துக்குடியில் ஒரு கொலை

திருச்செந்தூருக்கும் தூத்துக்குடிக்கும் நடுவில் இருக்கும் புன்னைக்காயலில் அப்போது எல்லோரும் மதம் மாறியது மிகப்பிரபலமாகப் பேசப்பட்டபோது அது ஆயிரத்து ஐந்நூற்று முப்பத்து ஏழாம் ஆண்டு..

காலரா நோயால் தாத்தா இறப்பதற்கு ஒரு வருடத்துக்கு முன்பு, மீன்பிடிக்கும் சாதியைச் சார்ந்த தன் தாயும் தந்தையும் எல்லோரையும் போல, கிறிஸ்தவர்களாக மாறியது – அலகு குத்தி திருச்செந்தூருக்குக் காவடி எடுத்துவிட்டு வந்த அவர்களின் மகன் சிவனாண்டிக்குச் சுத்தமாகப் பிடிக்கவில்லை. ஆனால் அவனும் பின்னால் மதம் மாறினான். அதன் விபரம் பிறகு சொல்கிறேன். எனினும் மதம் மாறியதன் நோக்கம் அக்காலத்தில் எல்லோருக்கும் ஒன்றுபோலத்தான். மதம் மாறாவிட்டால் தந்தைக்கு முத்துக்குளிக்கும் வேலையைப் போர்ச்சுக்கீசியர்கள் கொடுக்கமாட்டார்கள் என்றும் அதன் பின்பு தன் குடும்பத்தைக் கும்பலாக கிறிஸ்தவ மதத்துக்கு மாறிய தம் சாதியினர் ஒதுக்கி வைத்துவிடுவார்கள் என்றும் கூறியதால் அடுத்தவாரம் ஏசு உயிர்த்தெழுந்த திருவிழாவின் போது ரோசாரியோ தெசூசா என்று மனமின்றி ஞானஸ்நானம் பெற்றான் சிவனாண்டி.

ரோசாரியோ தெசூசா என்ற சிவனாண்டி ஆறடி உயரமுள்ளவன். மற்றவர்களைவிட இவன் கழுத்து அதிகம் உயரமுள்ளது என்பது இவன் இளைஞனாக இருந்தபோதே முத்துக்குளிக்கப்போகும் இவனுடைய நண்பர்களான அலெக்ஸ், பெர்னாண்டோ, மச்சாது ஆகிய மூவரின் கருத்தாகும். எனவே, பார்ப்பதற்கு ஒரு வீரனைப் போல காட்சி தந்தான். சிவனாண்டியை ரோசாரியோ ஆக்குவதில் அவனுடைய தாய்க்குக் கொஞ்சம் அதிகம் அக்கரை இருந்தது என்பது என்னவோ உண்மைதான். ஏனெனில் முத்துக்குளிக்கும்

வேலையில் கெட்டிக்காரன் என்ற பெயருள்ள ரோசாரியோ மாதத்துக்கு ஒருமுறை போய் கடலில் ஏழு அடி முதல் 20 அடி வரை ஆழத்தில் முத்துக்குளிக்கும்போது எப்படியும் இரண்டு விலை கூடிய முத்துக்களாவது கிடைக்காமல் போகாது. அந்த வருமானம் இல்லாமல் போவது அவளுக்குப்பிடிக்கவில்லை.

அன்று திடீரென பதனிகுடிக்கும் தாகம் எடுத்ததால், ரோசாரியோ தெசூசா கடற்கரை வழியாகச் சற்றுதூரம் கொடிய வெயிலில் நடந்து சென்று பனைமரத்தின் கீழ் ஒரு இளம்பெண்ணிடம் பதனி குடித்துவிட்டு நடந்தபோது யாரோ தன்னைப் பின்தொடர்வதை அறிந்தபோது, தனது குற்றம் செய்யும் மனது பின்தொடர்பவன் மீது குரோதம் கொண்டதைத் தடுக்க முடியவில்லை. பின்னால் நடந்து வருபவன் யார் என்று பார்க்க திடீரென்று தரையில் ஒரு ‘பர்தா’ நாணயம் கிடக்கிறது எடுக்கவேண்டும் என்று குனிபவன்போல் குனிந்து பின்பக்கம், தலைகீழாய் கள்ளத்தனமாக உயரமான முழங்கால் வழிப்பார்த்து, பின்தொடர்ந்து வருபவனை அடையாளம் கண்டுகொண்டான்.

வருகிறவன் அந்தப் பிராந்தியத்தில் எப்போதும் அலையும் முஸ்லிம் தொப்பி போட்ட மரக்காயர் குடும்ப இளைஞன் இல்லை. ஒரு கருப்பு நீக்ரோ. அவனைப் பொருட்படுத்தாமல் ரோசாரியோ இரண்டு எட்டு எடுத்து நடையில் வேகம் கூட்டித் தன் தலைப்பாகையை மீண்டும் அவிழ்த்துக் கட்டிவிட்டு நடந்தான். அப்போது தன் தோளில் பட்ட கை அந்தக் கருப்பு நீக்ரோவுடையதுதான் என உணர்ந்தான்.

பிரான்சிஸ் என்ற தன்னை, ரோசாரியோ இவ்வளவு சீக்கிரமாய் மறந்ததெப்படி என்று போர்ச்சுக்கீசிய மொழியும் கடற்கரையில் வழங்கும் தமிழும் கலந்து கேட்டான் அவன்.

ரோசாரியோ தனது ஒடுங்கிய கண்களைச் சுருக்கிக் கறுப்பனின் முகத்தைப் திரும்பிப்பார்த்தான். கறுப்பன் மேலும் பேசினான்.

உன் தந்தை வள்ளத்தை இழுத்தபோது அவரை ஒரு போர்த்துக்கீசியன் உதைத்தது ஞாபகம் இருக்கிறதா? பலமாய் காயம்பட்ட உன்தந்தையைத் தூக்கிக் கொண்டு உன் வீட்டில் கொண்டு வந்தது நான்தான்.

ரோசாரியோ தன் தோளில் கைபோட்டுக்கொண்டு நடக்க பிரான்ஸிசை அனுமதிக்கா விட்டாலும் பிரான்சிஸின் மீது அவனுக்கு நட்பு ஏற்பட்டது. ஏனெனில் சில மாதங்களுக்கு முன்பு தன் தந்தையைக் கடற்கரையில் ஒரு போர்த்துகீசிய முத்து வியாபாரி உதைத்தது ரோசாரியோவுக்கு இன்னும் மறக்கவில்லை. தனது குற்றம் செய்யும் மனதோடு அவனுக்கு என்று சொல்லிக்கொள்ள இன்னொரு குணமும் இருந்தது. அது, சில விஷயங்கள் அவன் மனதிலிருந்து எப்போதும் மறைவதில்லை. எல்லாம் ரோசாரியோவுக்கு நினைவுக்கு வந்தன.

இந்தச் சந்திப்புக்குப் பிறகு ரோசாரியோ அடிக்கடி இப்போது பிரான்சிஸிஸுடன் சேர்ந்து நடந்தான். அதுபோல் ஒரு இளம்பெண்ணிடம் இருவரும் பதனி அருந்தப்போனார்கள். பிரான்சிஸும் ரோசாரியோவைப்போல் சரியாக ஆறடி உயரம். ஒரே ஒரு வித்தியாசம். எத்தனையோ முறை எப்படி 'தம்' பிடித்துக் கடலில் முக்குளிப்பது என்று சொல்லிக்கொடுத்தாலும் பிரான்ஸிஸுக்கு முத்துக்குளிப்பதற்கு மூச்சடக்க முடியவில்லை. என்றாலும் பிரான்ஸிஸ், ரோசாரியோவின் தந்தையை உதைத்த போர்ச்சுகீசிய வியாபாரியை ஒரு நாள் காட்டிக்கொடுத்து விட்டான். அதற்கு முக்கிய காரணம் ரோசாரியோவுடைய நட்பல்ல. அந்தப் போர்த்துக்கீசியன், கறுப்பன் பிரான்சிஸ், ஆபெதுய்மா என்ற பிரஞ்சுக்காரனது அடிமையாக இருந்த உண்மை தனக்குத் தெரியும் என்றும் அடுத்த தடவை பிரஞ்சுக்கப்பல் வரும்போது துய்மாவிடம் மரியாதையாகப் போய் சேர்ந்துவிடு,அல்லது நானே உன்னைக் காட்டிக்கொடுப்பேன் என்று எச்சரித்ததும்தான். பிரான்ஸிஸுக்கு உடல் முழுதும் கம்பிகளால் கட்டிவைத்துச் சாட்டையால் அடிக்கும் பிரஞ்சு நாட்டு எஜமானன் ஒரு எமதூதனாய் தெரிந்தான்.

வெயில் அதிகமாக அடித்த அன்று இன்னும் அதிகம் கருப்பு நிறமான பிரான்ஸிஸ் அவ்வூரின் வெள்ளைக்காரர்களுக்கான கல்லறைகள் இருந்த இடத்தினருகில் வந்தபோது அங்குநின்ற அவன் தந்தையை உதைத்த போர்த்துக்கீசியனை ரோசாரியோவுக்குக் கண்களைச்சிமிட்டி, காட்டிக் கொடுத்துவிட்டுத் திடீரென மறைந்தவுடன் ரோசாரியோ போர்த்துக்கீசியனை நோக்கி நேராக நடந்து அவன் முகத்தில் காறித் துப்பினான்.

தூரத்தில் ஒரு வள்ளத்தின் உள்புகுந்து ஒளிந்த படி வலைகளுக்குள் மறைந்திருந்துபார்த்த பிரான்ஸிஸ் அதுகண்டு அதிர்ச்சி அடைந்தான்.

ஆனால், காறி உமிழ்ந்துவிட்டு, ஏதும் நடவாதவன் போல் ரோசாரியோ ஒரு வெளிநாட்டானிடமிருந்து பெற்றிருந்த ஸிகாரை (அது வரை பீடி வலித்தவனாக இருந்தாலும்) இழுத்துப் புகையை இதழ்க்கடை வழிவிட்டபடி கால்களை நீட்டி இட்டுக்கொண்டு நடந்தான். அவரது எதிரியான போர்ச்சுக்கீசியன் எழுப்பிய கூக்குரல்ஒலியைக் கடல் காற்றும் அலையும் சேர்ந்து யாரும் கேட்காதபடி செய்தது.

அடுத்த சில நாட்களில் நடந்த விஷயங்கள் பற்றி யாருக்கும் ஏதும் தெரியவில்லை. ஆனால் ரோசாரியோ மதம் மாறியது அப்போதுதான். ரோசாரியோவின் தாயும் தந்தையும் எதிர்பார்த்தது போல், அவன் இத்தாலியிலிருந்து வந்த, பல்லக்கில் சுற்றித்திரிந்த சேசுசபை குருவான கருணை மிகுசுவாமி என்று தமிழ்ப்பெயர் வைத்துக்கொண்டு இரண்டு இலம்பகங்களும் புனிதமரியாளின் மீது ஒரு ஸ்தல புராணமும் முக்கியமற்ற இன்னும் இரண்டு தமிழ் நூல்களும் பாடிய வெளிநாட்டுப்பாதிரி ஒருவர் ஞானத்தந்தையாக இருந்து கிறிஸ்தவத்துக்கு, மதம் மாற்றப்பட்டான். (இந்த நூல்கள், வீரதீர பண்டிதர் என்ற கத்தோலிக்க மதத்தைத் தழுவிய பிராமணர் ஒருவர் எழுதி கருணைமிகுசுவாமியின் பெயரில் வெளியான கள்ளத்தனமான நூல் என்பது மதுரையில் நாயக்கர் ஆட்சியில் கீழ் இருந்த சமஸ்கிருதப் பண்டிதர்களுக்குத் தலைமை தாங்கிய ரகுநாத சாஸ்திரிகளின் கருத்து). எது எப்படியோ, அதன்பிறகு சில மாதங்கள் புன்னைக்காயலில் ஏதும் சம்பவிக்கவில்லை.

ஒருமுறை கோவாவிலிருந்து போர்த்துகீசிய கவர்னரின் தூதுவரான பெரிய துரை, கடல்வழிவந்து, புன்னைக்காயலிலும் வேம்பாரிலும் கிறிஸ்தவ மதத்துக்கு மாறிய மீனவமக்களைப் பார்த்து முதல் தமிழ் புத்தகம் அச்சடிக்க அதிகம் செலவாகும் என்பதால் அம்மக்களிடம் பணம் பிரித்துக் கொண்டு போன செய்தி பரவியது.

பிரான்ஸிஸ் புன்னைக்காயலை விட்டுக் காணாமல் போய்விட்டான் என்ற செய்தியை, ஒரு ஞாயிறு அன்று, தட்டுத்தடுமாறித் தமிழில் பிரசங்கம் செய்த பாதிரி கூறினார். பின்பு பிரான்ஸிஸ் ஓர்

அடிமை என்றும் அவனைச் செலவு செய்து வாங்கி வளர்த்த பிரஞ்சுக்கனவானுக்கு மட்டுமே அவன் சொந்தம் என்றும் பாதிரி புதிய இறைவன் மீது நம்பிக்கை கொள்ள ஆரம்பித்திருந்த அந்த மக்களுக்குக் கூறினார். அந்த மக்களின் மத்தியில் உயரமான ஓர் இளைஞன் எழுந்து "மனிதரை மனிதர் அடிமையாக நடத்துவது பாவம் அல்லவா" என்று கேட்க, பாதிரி இப்படிப் பதில் சொன்னார்:

"மகனே, புத்தகம் நீ படித்ததில்லை. 'அடிமைகளே உங்கள் எஜமானர்களுக்குப் பணிந்திருங்கள்' என்று புத்தகம் சொல்கிறது" என்றார். அந்தக் காலத்தில் புத்தகம் என்பது விவிலியத்தை குறிக்கும் என்று ஓரளவுக்கு மக்கள் மத்தியில் கருத்துப் பரவியிருந்தது.

தலையைச் சொறிந்த உயரமான இளைஞனான ரோசாரியோ பதில் சொல்லத் தெரியாமல் சிரித்ததைப் பார்த்து அவனுடைய மீனவ நண்பர்கள் அவனை முதுகில் குத்திப் பரிகாசம் செய்தார்கள்.

ரோசாரியோ தன் கேள்வி மூலம் வெளிப்பட்ட கருத்து எப்படி தனக்கு வந்தது என்று ஆச்சரியத்துடன் தனது கேள்வியை மீண்டும் மீண்டும் நினைத்துச் சந்தோஷப்பட்டான்.

பாதிரி தனது பிரசங்கத்தில், கறுப்புமனிதன் பிரான்ஸிஸைப் பார்த்தவர்கள் யாராவது இருந்தால் அவனைப் பற்றி பாதிரியாரிடம் தகவல் தந்தால் கடவுள் அவர்களை நல்லபடி இருக்கும்படி செய்வார் என்றார். அந்தக் கடைசி வாக்கியப் பகுதி, அக்காலப் பாதிரிகளின் புரியாத பல தமிழ் வாக்கியங்களைப் போல் கோயிலுக்கு வந்திருந்த பலருக்கும் புரியவில்லை.

அடுத்த மாதம் லிஸ்பனிலிருந்து பெரிய கப்பல் வந்தது. அந்தக் கப்பலில் பல பீரங்கிகள் பொருத்தப்பட்டு இருந்தன. கடலில் வெகுதூரத்தில் இருந்தாலும் கரையில் இருப்பவர்களுக்கு இரவில் அந்தப் பெரிய கப்பலின் விளக்குகள் தெரிந்தன. சிறிய படகுகளிலும் வள்ளங்களிலும் மக்கள் பெண்களுடனும் குழந்தைகளுடனும் சென்று கப்பலின் அழகைப் பாரத்துத் திரும்பினார்கள். ஒரு முறை பீரங்கியை வெடிக்க வைத்து மக்களை மகிழ்ச்சிப்படுத்தினான் அந்தக் கப்பலை ஓட்டி வந்த கேப்டன். சில நாட்களுக்குப் பிறகு கப்பல் மறைந்துவிட்டது. அப்போது சிலர்,

கப்பலில் கருப்பு உடல் கொண்ட பல மனிதர்கள் சங்கிலிகளால் கட்டப்பட்டிருப்பதைப் பார்த்ததாய் சொன்னார்கள். வேறுசிலர், அதைத் தாங்கள் பார்க்கவில்லை என்றனர். அந்தவிதமாகப் புன்னைக்காயலில் மக்கள் வாழ்ந்த போது, அந்த வாரத்தின் புதன்கிழமையன்று, கடற்கரையில் ஒரு பிணம் அலையில் அடித்துக் கரை சேர்ந்திருப்பதாய், கடற்கரையில் காலையில் இரண்டுக்குப் பல்லில் வேப்பங்குச்சியுடன் போன ஒருவன் வந்து கூறினான். சூரியன் அலைகளில் தெரிய ஆரம்பித்தபோது பிணத்தை நிறைய பேர் போய் பார்த்துவிட்டு வந்தனர். கடல் அருகில் இருந்த தளபதியின் பங்களாவிலிருந்து இரு காவலர்கள் பிணத்தைப் பார்த்துக் கொள்ள அனுப்பப்பட்டனர். ரோசாரியோவும் அப்பிணத்தைப் பார்த்தவர்களில் ஒருவன்.

ரோசாரியோ, காவல்காத்தவனைப் பார்த்துச் சிரித்தபடி தைரியத்துடன் பிணத்தைத் தன் கையில் வைத்திருந்த மூங்கில் கம்பால் புரட்டியபோது, முகம் சிதைக்கப்பட்ட ஆறு அடி உயரமான கறுப்பு மனிதன் பிரான்ஸிஸாக இருக்க முடியும் என முணுமுணுத்தான்.

உடனே ஊரெங்கும் பிரான்ஸிஸின் பிணம் கடற்கரையில் கிடப்பதாகச் செய்தி பரவியது. உடம்பு பிரான்ஸிஸ் போலவே இருந்தது. உடல் மீது இருந்த, உடை, சுறாமீனால் கடிக்கப்பட்டிருந்தது. தோலையும் மீன்கள் கடித்திருந்த அடையாளமாய் வெள்ளை நிறத்திட்டுகளாய் காணப்பட்டன. அதன் காலில் பெண்கள் அணியும் தண்டை போல் இரும்பு வளையம் காணப்பட்டது. அது புன்னைக்காயலிலும் தூத்துக்குடியிலும் காணப்பட்ட கறுப்பு நிற அடிமைகள் அணிந்திருந்ததுதான். பிரான்ஸிஸின் காலில் இரும்பு வளையம் இருந்ததில்லையே என ரோசாரியோ நினைத்தான். அவனைப்பிடித்தவர்கள் பின்பு போட்டிருக்கலாம்.

கோயில் பாதிரியாருக்கும் யார் என்று தெரியாத ஒருவர் போய், பிரான்ஸிஸ் கடற்கரையில் இறந்து கிடக்கிற செய்தியைத் தெரிவித்தார். பாதிரி வலது கையால் காற்றில் ஒரு சிலுவை அடையாளமிட்டு இறந்த ஆன்மா சாந்தியடையட்டும் என இறைவனைக் கேட்டுக் கொண்டபோது, அவர் மனம் சஞ்சலமுற்றதை அறிந்தார்.

மதியமானபோது அலை அதிகமாய் அடித்ததால் பிணத்தை அலை இழுத்துக் கொண்டு போய்விடும் என்று பயந்த காவலர்கள் அதை இழுத்து மணலில் தூரத்தில் போட்டனர்.

சூரியன் சுள்ளென்று அடித்தபோதும் பலர் வந்து பார்த்துவிட்டுப் போனாலும் ஒருவன் அந்த இடத்தை விட்டே அகலாது சுற்றிச் சுற்றி வந்தான். அவன் ரோசாரியோ. அவனுடைய மனதில் வந்துபோன எண்ணங்கள் நல்லவைகளா கெட்டவைகளா என்று யாராலும் சொல்ல முடியாதென்பதற்கு அடையாளமாய் அந்த வேனாவெயிலிலும் வெள்ளைக்காரர்களைப் போல் யாரிடமிருந்தோ திருடிய ஸிகார் இழுத்துக்கொண்டிருந்தான் அவன். கண்களை உயர்த்திப் பார்த்த அவனுக்குத் தூய்மையான வானத்தில் வெண்மைநிற மேகங்கள் மிதந்தது தெரிந்தன.

“சரி”, என்று தலையாட்டிவிட்டு எங்கோ புறப்பட்டான் ரோசாரியோ. அவன் என்ன செய்வான் அல்லது என்ன செய்யமாட்டான் என்பது அவனது தாய் தந்தையர் உட்பட யாருக்கும் தெரியாது. அப்படிப்பட்ட ஒரு குணம் கொண்டவன் அவன்.

பிறகு சில மாதங்களில் கடற்கரை ஊரான புன்னைக்காயலில் என்னவெல்லாமோ நடந்தன. அப்படிப்பட்ட பல நிகழ்ச்சிகளில் ஒன்று பிரான்ஸிஸைக் கொன்றதற்காய் ரொசரியோவுக்குக் கோவாவிலிருந்து கப்பல் மூலம் வந்த நியாயாதிபதி கொடுத்த மரணதண்டனை. அந்தத் தண்டனையைக் நிறைவேற்ற கடற்கரையில் நின்றிருந்த பட்டமரம் ஒன்றுடன் கட்டப்பட்ட வள்ளத்தில் நாட்டப்பட்ட தூக்குமரத்தில் வடக்கயிறு மூலம் உடம்பை தொங்க வைத்துக் கால்களுக்கடியில் இருந்த பலகையை நீக்கிக் கொன்றார்கள்.

அப்படி ஒருவன் ஆறடி உயரமாய் புன்னைக்காயலில் அலைந்ததைக் கடல்மீது செல்லும் அவனது நண்பர்களும் மறந்தார்கள். மாதாகோயிலுக்கு ஞாயிறுதோறும் அதிகமதிகம் ஜனங்கள் வரத் தொடங்கினார்கள். கடலுக்கு மீன் பிடிக்கவும் முத்துக் குளிக்கவும் நன்கு தெரிந்த, பிறரைவிட திறமையானவர்கள் என்று கருதப்பட்ட மீனவர்களும் ஒரு விஷயத்தில் பின்தங்கியே காணப்பட்டார்கள்.

அவர்களுக்குப் புதிதாய் வைக்கப்பட்ட பெயர்கள் மறந்துபோயின. டிக்குருஸ், டிசூசா, பெர்னாண்டஸ், மச்சாடோ, கார்டோசா என்றெல்லாம் பெயர்கள் மனிதர்கள் வைப்பார்களா என்ற கேள்வி அவர்களுக்குள் எழுந்தது. பெயரை மறக்காமல் இருப்பதற்குக் கோயிலை நிர்வகித்து வந்த பாதிரி விரைவில் ஒரு உபாயம் கண்டுபிடித்தார். ஒரு சிறு பலகையில் மேல்பக்கம் இரு துவாரங்கள் மூலம் பனைநாரால் ஆன கயிறுகள் வழி கழுத்தில் தொங்கிய பலகைகளில் புதிய பெயர்கள் எழுதப்பட்டன. மாறி மாறி சிரித்தபடி நடந்துகொண்டிருந்த மக்கள் கடலுக்கு வேலைக்குப் போகாதபோது பெருமையாய் பலகைகளைக் கழுத்தில் சுமந்து திரிந்தனர்.

இப்படிப் பல நாட்கள் ஆனபோது ஒருநாள், கோயிலில் பலிபூசை கொடுக்கும்போது அணியும் சிறப்பு ஆடைகளை வைக்கும் பெட்டியில் கோவா கவர்னரின் நியாயாதிபதி, ரோசாரியோவைக் கொல்வதற்கான நியாயம் எழுதப்பட்ட போர்த்துக்கல் அரசரின் முத்திரை பதிக்கப்பட்ட தாளை மடித்துவைத்திருந்த பெட்டியிலிருந்து வெளியே எடுத்தார். அவருக்கு என்னவோ தோன்றி, மனது குறுகுறுத்தது. படிக்க ஆரம்பித்தார்.

மாட்சிமை தங்கிய போர்த்துக்கல் அரசரின் ஆணையைத் தலைமேல் கொண்டு ரோசாரியோ என்ற சிவனாண்டிக் கொல்லப்படத்தக்க பிரமேயங்கள் கீழ்வருமாறு பதிவு செய்யப்பட்டிருந்தன.

போர்த்துக்கீசியன் ஒருவன் கோவாவில் இருந்த போர்த்துக்கீசிய அரசரின் மாட்சிமை தங்கிய கோர்ட்டுக்கு ரோசாரியோவைப் பற்றிக் குற்றப்பத்திரிகை அனுப்பினான். அதில் பதனி குடித்த இடத்தில் இருந்த இளம்பெண்ணை ரோசாரியோவின் நண்பனான அடிமை விரும்புகிறான் என்று அறிந்து ரோசாரியோ தந்திரமாக அவனைக் கொன்றதால்தான் அந்தக் கறுப்பு அடிமையின் உடல் கடல் அலையில் மிதந்து கரை ஒதுங்கியது என்று பல சாட்சிகளின் ஆதாரத்துடன் குற்றம் நிரூபிக்கப்பட்டது என்ற செய்தி காணப்பட்டது.

மேலும் அந்த அடிமையை ரோசாரியோ கொன்ற விதம் பற்றிக் கீழ்வருமாறு விவரிக்கப்பட்டிருந்தது.

முத்துக் குளிக்க வழக்கமாய் போகும் ரோசாரியோ, தன் நண்பனாகிவிட்ட அடிமையையும் அழைத்துக்கொண்டு அடிக்கடி போவதுபோல் ஒருநாள் கடலுக்கு முத்துக்குளிக்கப் போனான். தூரத்தில் எந்தப் படகும் இல்லாத இடத்தில் முத்துக்குளிக்கச் சென்று அடிமையின் காலில் கயிறு ஒன்றைக்கட்டி, இடுப்பில் சிப்பிகளைப்போடும் சாக்கு ஒன்றையும் கட்டி, கல் ஒன்றைக் கடலுக்குள் போகிறவர்கள் வழக்கமாய் கட்டுவதுபோல், கட்டி பிரான்ஸிஸ் என்ற கருப்பு அடிமையைக் கடலுக்குள் போகச் சொன்னான். இப்போது மூச்சுப்பிடிக்க நன்கு பழகிவிட்ட அடிமை கடலுக்குள் போனதும் வழக்கம்போல் கல்லைக் கழற்றியதும் மேலிருக்கும் ரோசாரியோ மேலே கல்லை இழுப்பான் என்று எதிர்பார்த்தான். ஆனால் கல் உடம்பிலிருந்து விடுவிக்க முடியாதபடி கட்டப்பட்டிருந்ததை அறிந்தபோது அந்த அடிமை இனிவேறு வழியில்லாதபடி தன் வாழ்வு ரோசாரியோ மூலம் முடிவுக்குக் கொண்டு வரப்பட்டதை அறிந்து ஏதும் செய்யாமல் கடலுக்குள் சாமாதியானான்.

இதுபோல் அந்த அடிமையின் முடிவு பற்றிச் சொல்லிய பல பக்கங்களைக்கொண்ட மரணத் தீர்ப்பில் பல சாட்சிகள் இருவரும் சேர்ந்து கடலுக்குப் போனதைத் தங்கள் கண்களால் பார்த்ததைக் கூறியதைப் பதிவு செய்திருந்தனர். அன்று ரோசாரியோ முத்துக்குளிக்கச் சென்ற படகு ஒரு போர்த்துக்கீசியருடையது என்று அதன் உரிமையாளர் சாட்சிக் கையெழுத்து இட்டிருந்தார்.

வழக்குத் தொடுத்த போர்த்துக்கீசியன் ரோசாரியோவால் முகத்தில் காறி உமிழப்பட்டவன் என்பதை அறிந்திருந்த பாதிரியார் நியாயத் தீர்ப்பை ஆடைகள்வைக்கும் பெட்டிக்குள் வைத்துப் பெட்டியை மூடியபோது, அவருக்குக் கடற்கரையில் நின்று தலையில் அடித்து அழுத ரோசாரியோவின் தாயின் காட்சியும் அதுபோல இறந்துபோனவன் என்று கருதப்பட்ட அதே ஆறு அடி உயரமான உயரமுள்ள பிரான்ஸிஸை ஒருவாரத்துக்கு முன்பு உயிரோடு கண்ட காட்சியும் நினைவுக்கு வந்தன. இறந்த அடிமையின் முகம் சிதைந்திருந்ததால் யாருக்கும் அவன் பிரான்ஸிஸ் அல்ல என்ற உண்மையைக் கண்டுபிடிக்க முடியவில்லை என்று எண்ணினார். பிரான்ஸிஸை தந்திரமாய் எங்கோ கப்பலில் தூரதேசத்துக்கு அனுப்பிவிட்டு ரோசாரியோ மீது குற்றம் சுமத்திக் கொல்வதற்காக, யாரோ ஒரு பிணத்தை முகத்தைச்

சிதைத்து வீசியிருக்கிறார்கள் என்ற உண்மை அறிந்திருந்தார் அவர். தன்பெட்டியில் இருப்பது போலியாய் தயாரித்த ஆவணம் என்று அறிந்தபோது ஏதும் செய்யமுடியாத கோபம் வந்தது. அதுபோல் போர்த்துக்கீசியர் ஆதிக்கத்தில் பலவும் நடந்தன. மிகுந்த மனவேதனையடைந்த பாதிரி வெயில் பயங்கரமாய் அடித்த அன்று பைபிளிலிருந்து தன் மனதின் குற்றவுணர்வுக்குப் பொருத்தமான வாசகங்களை நினைவுக்குத் தருவதைத் தவிர வேறு ஏதும் செய்ய முடியவில்லை.

•••

அவதாரம்

ஆனந்தராஜ் என்பது அந்த விநோதமான ஆராய்ச்சியாளனின் பெயர். நானும் ஆனந்தராஜும் சந்தித்துக்கொண்டது அபூர்வமான ஒரு சூழலில். 40 ஆண்டுகளுக்கு முன்பு என்னுடன் வேலை பார்த்த, அந்தக்கால நண்பர் ஒருவர், என் ரிட்டைர்மெண்டுக்குப் பிறகும் என் கடமை முடியவில்லை என்று அவர் விவாதித்ததால் என் மனம் மாறி அந்த மூன்று மொழியினர் வாழும், புழுதிவீசிக் கொண்டிருக்கும், ஊருக்குப் பணிக்காகப் போனேன். ரயிலில் இருந்து இறங்கியபோது என்னை வியப்படைய வைத்தது அந்த ஸ்டேஷன். அது ஓலை வேயப்பட்டிருந்தது. ஸ்டேஷன் மாஸ்டர் நடுநெற்றியில் ஒற்றைக்கோடு மேல்நோக்கிப் போட்டிருந்தார். நகரத்தில் 40 ஆண்டுகளைக் கழித்திருந்த நான் அந்த ஊருக்குப் போனதும் என்னை ஆச்சரியப்படுத்திய அடுத்த வஸ்து அங்குப் பயணிகளை ஏற்றிச் செல்வதற்காகக் காத்திருந்த சைக்கிள் ரிக்சாக்கள். எலும்பு எலும்பான மனிதர்கள் அந்த ரிக்சாக்களை ஓட்டிக் கொண்டிருந்தார்கள். அடிக்கடி கெட்டவார்த்தை பேசினார்கள்.

அப்படிப்பட்ட ஒரு எலும்பு மனிதனை அழைத்து நான் கடமையை ஆற்றவேண்டிய இடத்தைப் பற்றிக் கூறினேன். என் மொழியைப் புரிந்துகொள்ளக் கூடிய அவன் நான் சொன்னதைப் புரியவில்லை. இன்னொருவனிடம் கேட்டுவிட்டு என்னை அழைத்துப் போகமுடியும் என்றான். ஆனால், புழுதி அதிகமாக அந்த நேரத்தில் இருக்கும் என்றும் கூறின்ான்.

பின்பு ரிக்சாவில் வேகமாக என்னை அழைத்துச் சென்றான். அடுத்த இரண்டாண்டுகள் அங்கு ஒரு பழைய கட்டடத்தில் என் வேலை. புதிய வகை செடிகளையும் பிராணி வகைகளையும் கண்டுபிடிக்கும் நேச்சரல் ஹிஸ்டரி மியூஸிய அலுவலகம். நான் பணிக்குச் செல்லும்முன்பு பலகாலத்துக்கு முன்பே, 1758-இல்

மெல்வில்லி என்ற வெள்ளைக்கார துரை மனிதக் கால்களையும் கைகளையும் கொண்ட செடி போன்ற உயிர் ஒன்றைக் கண்டது முதல் அந்த அலுவலகம் உலகப் பிரசித்திபெற்றிருந்தது. சர்வதேச நேச்சரல் ஹிஸ்டரி என்ற ஆராய்ச்சி இதழின் - அவ்விதழில் சில, அதாவது 1780-ஆம் ஆண்டு இதழ்களில் ஐந்து மட்டும் - நான் அமரும் சீட்டுக்கு வலது பக்கத்தில் மரபீரோ ஒன்றில் அடுக்கி வைக்கப்பட்டிருந்ததை முதல்நாள் பணியில் சேர்ந்தபோதே கண்டேன். பணியை நான் ஒத்துக்கொண்டதுக்குக் கூட காலும் கையும் உள்ள செடி ஒன்று ஹோமோபொட்டானிக்கா என்ற பெயருடன் அந்த அலுவலகத்தவர்களால் கண்டுபிடிக்கப்பட்ட செய்தியால் கவரப்பட்டுத்தான். அந்த ஊரின் புழுதி என்னைப் பாதித்துவிடாது என்பதில் எனக்கு மிகப்பெரிய தன்னம்பிக்கை இருந்தது. ஆஸ்துமாவால் 25-ஆண்டுகளாகக் கஷ்டப்படும் என் மூத்த சகோதரன் நான் புறப்பட்ட முதல் நாள் என்னைப் பார்த்து அறிவுரை கூறினான். அவனுடைய பல அறிவுரைகளை மீறியதுபோல் புதிதாய் பணி ஓய்வுக்குப் பிறகு மீண்டும்சேர்ந்து பணி செய்யும் ஊரின் புழுதி பற்றிய அறிவுரையையும் நான் மீறினேன் என்பதை நான் சொல்லாமலே வாசகர்கள் அறியவேண்டுகிறேன்.

சரி, நான் சொல்ல வந்தது என் அலுவலகத்தில் ஒன்பது களப்பணியாளர்களில் மூத்தவனான களப்பணியாளன் ஆனந்தராஜ் பற்றி. அவன் பெயருக்கும் அவனுக்கும் எந்தச் சம்பந்தமுமின்றி எப்போதும் வேறு உலகத்தில் இருந்தான். முகத்தில் ஆனந்தமின்றியே எந்நேரமும் காட்சி தந்தான். இந்தக் கதையில் வரும் ஆனந்தராஜ் மட்டுமே என் விசேஷ ஈடுபாடான ஹோமோபொட்டானிக்கா என்ற மனிதக்காலும் கையுமுள்ள செடி வகையைக் கண்டவன். ஆனால் என்மீது அக்கறையில்லாதவன்போல் நடந்துகொண்டான். என்னை ஒரு மனிதனாகவோ, நான் புதிய அதிகாரியாக அவன் அலுவலகத்துக்கு வந்துள்ளேன் என்பதையோ அங்கீகரிக்காதவன்போல இருந்தான். ஆனந்தராஜின் முகமெல்லாம் வெண்குஷ்டம் என்று சொல்வார்களே அவ்விதமாக வலது பக்கக்கண், வலது பக்க வாயின் கீழ்ப்பகுதி, வலது காது முழுதும் என்று வெண்மை நிறம் பரவியிருந்தது. நான் அவனை அறிந்துகொண்டதுகூட சற்றுத் திருகலான ஒரு சூழலில் வைத்துத்தான். அதையும் சொல்கிறேன்.

நான் பணியில் சேர்ந்த பிறகு பல நாட்களுக்குப் பின்னர் அலுவலகத்தின் பின்பக்கமாக, நேச்சரல் ஹிஸ்டரி மியுஸியம் என மரப்பலகை தொங்கும் இன்னொரு கட்டடத்திற்கு என் தனி உதவியாளன் – அவன் ஒரு மாம்சம் தின்னும் பிராமணன் (இப்படித்தான் அவனை முதல் நாள் யாரோ ஒருவர் அறிமுகம் செய்தார்) அழைத்துச் சென்றபோது முதன்முதலில் அவனைக்கண்டேன். தூரத்தில் விலங்குகளை, குடல்களை உருவி சுத்தம் செய்து பாட்டிலில் திரவம் நிறைத்து ஓர் அட்டையில் அந்த உயிரியின் பெயரை ஸ்தலமொழியிலும் அதன் டெக்னிக்கல் பெயரை ஆங்கில எழுத்துக்களாலும் எழுதிய அட்டையை ஒட்டி காட்சிக்கு வைக்குமிடத்தில் அவனைக் கண்டேன். அவன் நெற்றியின் கோடும் ஒல்லியான உடம்பும் என் நினைவில் அதன்பிறகு மாறததாக ஆனது. பிணங்கள் 'பாடம்' போட்டு வைக்குமிடத்தில் வழக்கமாக இருக்கும் வாசனையால் நிறைந்திருந்தது அந்தக் கட்டடம். பார்மாலின் திரவத்தின் வாசனை அங்குக் காற்றில் நீக்கமற நிறைந்திருந்த உணர்வு எனக்கு ஏற்பட்டது. ஆனந்தராஜ் என்னைக் கவனிக்காததுபோல் நின்றிருந்தான். மரத்தோடு ஓர் உடும்பு ஒட்டிக்கொண்டு நிற்பதுபோன்றிருந்தது அவன் நின்றிருந்த காட்சி. அவன் கட்டடத்தின் உச்சிமோட்டைப் பார்த்தபடி நின்றான். நான் உச்சி மோட்டில் பார்த்தபோது அங்குப் போடப்பட்டிருந்த கூரை ஓடுகள் என் கருத்தைக் கவர்ந்தன. சிறிய கூரை ஓடுகளுக்குத் தக்கமுறையில் குறுக்குச் சட்டங்கள் அருகருகாக அமைக்கப் பட்டிருந்தன. மிகவும் தாழ்வான நீண்ட கூரை அது. ஓடுகளின், செம்மையாகச் சுடப்பட்ட தன்மையால் வெளிப்படும் பிரகாசத்தையும் வலிமையையும் தாண்டி என்னைக் கவர்ந்தது குட்டையான கூரை ஓடுகளில், காணப்பட்ட சித்திரம். பறக்கும் ஆடு. வெள்ளைக்காரர் காலத்து ஓவியம்.

நான், உடும்புபோல் ஒட்டியபடி நின்றுகொண்டிருந்த ஆனந்தராஜின் நெற்றியில் போடப்பட்ட சிவப்புநிறமான குத்துக்கோட்டைப் பார்ப்பதுபோல் அவனைப் பார்த்து அவன் குணம் எப்படிப்பட்டதென்று அறிய முனைந்ததை நொடிப்பொழுதில் புரிந்துகொண்ட அவன் இப்போது பாம்புபோல் மரத்தைச் சுற்றிச் சுருண்டான். இதை நான் எதிர்பார்க்கவில்லை. நீ மன்னன்தான் என்று மனதுக்குள் நினைத்தேன்.

என் கண்களைக் கவர்ந்த குறுகிய, சுட்ட, கூரை ஓட்டில் தெரிந்த பறக்கும் ஆடுகளையும் காட்சிக்கு வைக்கப்பட்டிருந்த செத்த ஜீவன்களையும் செடிகொடி வகைகளையும் ஒவ்வொன்றாகப் பார்த்தபடி நான் மெதுவாய் நடக்க கட்டடத்துக்குள் சிப்பந்திகள் என்னை அழைத்துச் சென்றனர். ஆனந்தராஜைத் திரும்பிப் பார்த்தேன். காணவில்லை. ஏதாவது ஓர் உயிர்ஜந்துவாய் என் கால்களுக்கிடையில் ஊர்ந்துபோவானோ என்று ஏனோ என் மனது வினோதமான ஒரு கற்பனையை உருவாக்கியது.

பெரிய 10 அடிக்கு நான்கடி நீளஅகலத்தில் உயரமான இடத்தில் வைக்கப்பட்ட பெரிய கண்ணாடி தொட்டிக்குள் வெள்ளையாகக் கிடந்த பிராணி என்னை அதிர்ச்சியடைய வைத்தது. சுமார் ஒன்பதடி நீளமும் நான்கு குட்டை கால்களும் வாலும் கொண்ட ராட்சச ஓணானுக்கு இரண்டு தலைகள். ஓணானின் அடிப்பாகம் தெரியும்படி திராவகத்தில் கண்ணாடி ஒன்றில் ஒட்டி அதன் பெயரையும் எழுதி வைத்திருந்தார்கள். என் உதவியாளர்கள், அத்தகைய பிராணிகள் அந்தப் பிரதேசத்திலிருந்து நூறு கிலோமீட்டரில் இருக்கும் மலைசார்ந்த பிரதேசத்தில் உள்ளன என்றனர்.

‘இதைவிடப் பெரிய மனிதத்தலை ஓணான்கள் கூட இருக்கின்றன’

இதைச்சொன்னவன் அந்தப் பிரதேசத்தில் பேசப்படும் ஆதிவாசி பாஷையில் பேசினான்.

‘உன் பெயர்?’ என் கேள்விக்கு அவன் பதில் சொன்னான்.

‘கிச்முச்கெளட்’

இதுபோல் நமக்குப் பரிச்சயமாகாத ஒலிகளில் பெயர்கள் கொண்ட மனிதர்கள் இந்தப் பூமிப்பரப்பில் இருக்கிறார்கள் என்பது எனக்கு வளர்ந்தபின்பு தெரியவந்த விஷயம் ஆகும். அதனால் அவனுடைய பெயர் என்னை நகைச்சுவையான உணர்வுக்கோ, பயங்கொள்ளும் உணர்வுக்கோ தள்ளவில்லை.

‘கிச்முச்கெளட் உன்னுடைய ஊர் இங்கிருந்து எவ்வளவு தூரம்?’.

வேறொருவன் முந்திக்கொண்டு பதில் தந்தான்.

‘இங்கிருந்து 150 கி.மீட்டர் தூரமிருக்கும் ஸார். இவன் ஓர் ஆதிவாசி. விலங்குகளை மிக எளிதாகப் பிடிப்பான் என்று

இவனை வெள்ளைக்காரர்கள் தான் இந்த அலுவலகத்தில் வேலைக்கு வைத்தார்கள்'.

இப்போது நானும் என் சிப்பந்திகளும் மியுஸியத்தின் பராமரிப்பாளர்களும் சற்றுத்தூரத்தில் இப்போதில்லாமலாகிப்போன மிருகங்களையும், பூச்சிகளையும் ஊர்வன, பறப்பனவைகளையும் செடிகொடிகளையும் பராமரிக்கும் சிறப்புப் பகுதியில் பார்வையிட்டுக் கொண்டிருந்தோம்.

'இப்பகுதியில் பாடம் போட்டுக் காக்கப்படும் உயிர்கள் இப்போது ஏதும் இல்லை ஸார். அவை எக்ஸ்டிங்ட்'. சொன்னவனைத் திரும்பிப் பார்த்தேன். இந்த ஆங்கில வார்த்தை தெரிந்தவனா இவன் என்று எண்ணினேன்.

ஆனந்தராஜ்.

இன்னொரு கம்பத்தோடு தன்னுடைய ஒல்லியான உடலை ஒட்டிவைத்துக்கொண்டு மறைந்துபோனான் என்று கூறும்படி நின்றான் அவன்.

'நாமும் ஒரு காலத்தில் இந்த உயிர்களைப் போல இல்லாமல் போவோம். இல்லையா ஸார்?'

ஆனந்தராஜின் வறண்ட குரலில் இருந்து வந்த சொற்கள் மரணமடைந்த ஒருவனின்பேச்சை நினைவு படுத்தியது. அவன் சொன்னது யாருக்கும் தோன்றாத சிந்தனை என்பதை என் மூளை உடனே எனக்கு உணர்த்தியது.நானும் செத்தபிராணிகளைப் பாதுகாக்கும் மியூஸியத்தில் வாழ்நாளைக் கடத்தியவன் தானே.

யாரும் ஏதும் பேசவில்லை. அப்படி ஒரு மௌனமான சூழ்நிலை பரவியது.

ஒரு கோழியைப் பன்றியின் முகத்துடன் 'பாடம்' போட்டு ஒரு மர பீடத்தில் காட்சிக்கு வைத்திருந்தார்கள். 'இந்தப் பன்றிமுகக் கோழி இப்போது கிடையாது. இதுவும் 'எக்ஸ்டிங்ட்' .

மீண்டும் பேசியவன் ஆனந்தராஜ்தான். இப்போது யாரும் ஏதும் சொல்லவில்லை. இதுபோல் இப்போதில்லாத செடிகளும் சில கொடிகளும் மியூஸியத்தின் அப்பகுதியில் பாதுகாக்கப்பட்டன. அப்பகுதியைத் தாண்டி சுழன்று மீண்டும் புறப்பட்ட இடத்துக்கே வந்தோம்.

என் அறையில் சத்தம்போட்டபடி பெரிய மின்சாரவிசிறி ஒன்று ஓடிக்கொண்டிருந்தது. பழங்காலத்து மின்விசிறி. மின்சாரம் அந்தப் பகுதிக்கு அறிமுகப்படுத்தப்பட்ட போது உற்பத்தி செய்து வெளிநாட்டிலிருந்து கொண்டுவரப்பட்ட மின்விசிறியாக இருக்கலாம் என்று எண்ணிக்கொண்டேன்.

என் மனத்திரையில் தவளை இனத்தைச் சார்ந்த சிறுசிறு வேறுபாடுகளைக் கொண்ட வினோதவகைத் தவளைகள் பல அவற்றின் வயிற்றுப்பகுதிகள் தெரிய பாட்டில்களில் தனித்தனி லத்தீன் பெயர்களோடு வைக்கப்பட்டிருந்த காட்சிதோன்றிற்று. வெவ்வேறு இனங்களைச் சார்ந்த வித்தியாசமான பல்லிகள் இருந்த பாட்டில் வரிசைகளும் ஓணான், அட்டைகள், கரப்பான்பூச்சிகள், எறும்புகள், புழுக்கள், கிளிகள், அணில்கள், வண்டுகள், தும்பிகள் என்று பல உயிர்களின் அடுக்கடுக்கான காட்சி பார்மாலின் திரவத்தின் லேசான குமட்டலைத் தரும் வாசனையோடு கலந்து எழுந்த ஒரு வினோத உணர்வாய் என்னைத்தொடர்ந்து வந்தது.

நான் மதியம் சாப்பாட்டுக்கு ஓரிரண்டு சப்பாத்திகளை மட்டும் தின்றுவிட்டு மர நாற்காலியில் தலையைச் சாய்த்தபோது லேசாய் தலைவலிக்கிறதோ என்றிருந்தது. அன்று பார்த்த செத்த உயிர்கள் என் நினைவிலிருந்து அகலவில்லை. நான் அப்போது படித்துக்கொண்டிருந்த நேச்சரல் ஹிஸ்டரி இதழின் பக்கங்கள் திறந்தபடி மேசையில் இருந்தன பழங்கால வரைபடங்களுடன்.

“நானும் என் பணியாளர்களும் – அவர்கள் தூரத்து மலைப்பகுதியிலிருந்த விலங்குகள் பிடிப்பதில் தேர்ச்சிபெற்ற ஆதிவாசிகள் (பாருங்கள், இந்தச் சனங்களின் வேலைக்கும் அவர்களின் சாதிக்கும் உள்ள தொடர்புமுறையை) – ஒரு தூரத்துப்பகுதிக்குப் போனோம். ஒன்பது நாட்கள் தேடிக்கொண்டேயிருந்தோம். எங்கள் மனநோவையும் அப்போது சூரியன் சுள்ளென்று அடித்ததால் ஏற்பட்ட உடல்நோயைப் பற்றியும் நான் விளக்கப்போவதில்லை. அந்த ஒன்பது நாட்களும் ஒரே நாளாய் மாறியதுபோல் இருந்தது அன்று அந்தக் குகை வாயிலில் கண்ட காட்சி. கால்கள் அசைகின்றன. கைகளும் இடதுபுறமாகவும் வலதுபுறமாகவும் காற்றில் அலைவீசிக்கொள்ள ஒரு செடி போன்ற வஸ்து நடந்து போகிறது. குகையின் இடைவெளிக்குள் நிமிடத்தில் மறைந்தது. அது மங்கிய ஒரு குழப்பத்தின் முதற்காட்சியும் கடைசிக்காட்சியும் ஆகும்.

என்னோடு வந்தவர்களும் அக்காட்சியைப் பார்த்தனர். அது ஹோமோபொட்டானிக்கா.''

நூலின் விரிந்துகிடந்த இந்தப் பக்கத்தில் கைகால்கள் உள்ள ஒரு செடிகொடி போன்ற படம் காணப்பட்டது. மின்விசிறியின் வேகத்தில் பக்கங்கள் அசைய ஆரம்பித்தபோது ஆனந்தராஜ் அந்த நூலின் பக்கங்களைப் பார்த்தபடி நின்று கொண்டிருந்தான். நின்றிருந்தானா?

"ஐம்பது ஆண்டுகளுக்கு முன்புவரை இந்த 'ஓமோபொட்டானிக்கா' இங்கு நிஜமாகவே மியூஸியத்தில் உயிருடன் இருந்தது ஸார்.''

"ஓமோபொட்டானிக் அல்ல; ஹோமோபொட்டானிக்கா'' ஆனந்தராஜைத் திருத்தினேன். மனதுக்குள் நான் சொன்ன திருத்தத்தை அவனும் மௌனமாய் சொல்லிக்கொண்டான் என்று நினைத்தேன்.

"இன்று மாலையில் ஆறு மணிக்கு ஊரில் சூறாவளியும் புழுதியும் அதிகமாகும்''

அந்த மாதத்தின் தெலுங்குப் பெயரையும் அம்மாதத்தில் வரும் அமாவாசையையும் குறிப்பிட்டான். அந்தமாதம் குதிரைகள் அதிகம் வீரியம் பெறும் மாதம் என்றான். ஏனெனில் தெலுங்கு வருடபிறப்பின் நாலாம் சுற்று இந்த பௌர்ணமி என்பது அவன் கருத்து.

நானும் பயங்கொள்ள ஆரம்பித்தேன். அவன் கூறியதை நினைத்து 6 மணிக்கு வடநாட்டிலிருந்து வரும் ஒரு எக்ஸ்பிரஸ் ரயிலில் நான் புறப்பட்டு அருகில் இருந்த என் ஊருக்கு வந்துவிட்டேன். மறுநாள்தான் தெரிந்தது. நான் கேள்விப்பட்டிருப்பது போலவே அந்த ஊரின் புழுதி பிரசித்தமானதென்பதை மரம் செடி கொடிகள் வீடுகள் எல்லாம் காட்டின. எல்லா இடத்திலும் புழுதி நிறைந்திருந்தது. மரங்களின் பச்சை இலைகள் முழுதும் புழுதியாய் நிறைந்திருந்தன. மரமும் வீடுகளும் புழுதியில் செய்யப்பட்டனவோ என்று காட்சிதந்தன. வீடுகளின் கூரைகள் புழுதியால் நிறைந்திருந்தன. அதிகமான ஆண்கள் வசிக்கும் வீடுகளில் கூரைகளில் ஏணி வைத்து ஏறி நீர் ஊற்றிப் புழுதியைக் கழுவிக்கொண்டிருந்தார்கள். சைக்கிள் ரிக்சாக்கள் பலதும் புழுதி மண்ணால் மூடியபடி சாலை ஓரங்களிலும் மரங்களின் கீழ்

நிறுத்தியது நிறுத்தியபடி காட்சி தந்தன. இரண்டு முதியவர்களின் பிணங்கள் கிடந்தன. புழுதியிலிருந்து காக்கும்பொருட்டுத் துணிகளால் மூடப்பட்ட வீட்டின் துணிகள் காற்றில் கிழிந்து தெருவெங்கும் வீசப்பட்டிருந்தன.

மியூஸிய அலுவலகம் வழக்கம் போல் செயல்பட்டது. வெள்ளைக்காரர்கள் புழுதி மண்ணால் தொந்தரவுக்கு ஆளாகும் ஊருக்குத் தக்கமுறையில் கட்டடத்தைக் கட்டியிருந்ததால் மியுஸியம் கட்டடம் எந்தச் சேதமும் அடையாததோடு, புழுதியும் அங்குக் குறைவாகப் படிந்திருந்தது.

என் ஆலோசனையைப் புரிந்துகொண்ட ஆனந்தராஜ் ‘வெள்ளைக்காரன் மூளையை பீட் அடிக்கமுடியாது ஸார்’ என்று தெலுங்கு பாஷையில் சொன்னான். அன்று நானும் அவனும் பக்கத்துக் குன்றில் உயிர்களைச் சேகரிக்கச் செல்வது என திட்டம்.

ஜீப்பில் செல்லும்போது ‘இப்படி புழுதி அடிக்கடி வருமா?’ எனக் கேட்டபோது ‘இல்லை சார்’ என்றான். எப்போது புழுதி வரும் என வருஷங்களின் பெயர்களை அடுக்கி அந்தக் கணக்கைச் சொன்னான். அப்போது சற்றுதூரம் வந்திருந்தோம்.ஆனந்தராஜ் ஜீப்பை ஓட்டியவனிடம் வண்டியை நிறுத்தச் சைகைச் செய்தான். என்னைக் கைப்பிடித்து ஓர் வீட்டுக்குள் அழைத்துச் சென்றான். அவன் செயலைத் தடுக்க முடியாமல் ஒரு சிறுகூரை வீட்டினுள் போன நான் பேயறைந்ததுபோல் ஆனேன்.

அக்காட்சியை நான் பார்க்க வேண்டுமென்றே ஆனந்தராஜ் அவன் வீட்டுக்கு என்னைப்போகச் செய்ததாய் பட்டது. எதற்கு என்னை இந்தக் காட்சியைப் பார்க்க வைத்தான் என்று நினைத்தபடி வந்து இயற்கையைச் சபித்தபடி பேசாமல் ஜீப்பில் அமர்ந்தபடியிருந்தேன். ஒவ்வொன்றும் அதனதன் இயற்கையில் இருந்தால்தான் மனிதமூளை குழம்பாமல் செயல்படுமென்ற நேச்சரல் ஹிஸ்டரியின் மூலத்தத்துவத்தை ஞாபகம்கொண்டேன். உலகத்தின் அழிவு வேகமாய் வந்துவிட்டதோ என திடீரென பயம் ஏற்பட்டது.

பின்பு ஜீப் போய்க்கொண்டேயிருந்தது. அது 2009-ஆம் வருடம். உலகில் பல உற்பாதங்கள் நடந்தவண்ணம் இருந்தன. தொலைக்காட்சியில் இரண்டு நாட்களுக்கு முன்புதான்

எல்லோரும் குறிப்பிட்டுப் பேசும் அந்தக் காட்சியை அடிக்கடி காட்டினார்கள்.

ஆனந்தராஜ் அடுத்தநாள் அலுவலகத்துக்கு இயல்பாய் வந்து வீறாப்பாய் வழக்கம்போல் ஒரு தூணில் ஒட்டியபடி நின்றான்.

நேற்று டி.வி.யில் வந்த காட்சி ஒன்றை அவனும் குறிப்பிட்டான்.

"தெற்குப் பக்கத்துத் தீவில் போரிட்டவர்களின் தலைவனைப் பிடித்துத் தலையில் கோடாரியால் வெட்டிக் கொன்று முகத்தைக் காட்டினார்கள், அவனுடைய மிலிட்டரி ஆடையுடன், கண்கள் திறந்திருந்தன." தெலுங்கில் வழக்கம்போல் சொன்னான்.

நான் தலையைத் தூக்கி அவனைத் தீர்க்கமாய் பார்த்தபோது, அவன் வீட்டில் நான் கண்ட அவனது குழந்தைகள் மூவரின் காட்சி மீண்டும் என் மனதில் மறக்கக் கூடாத கொடூரக் காட்சியாய் எழுந்தது.

என்னை நடுக்கவைத்தக் காட்சி இதுதான்.

மூன்று அங்கங்கள் சிதைந்த சிறுவர்கள். அதில் இருவர் ஆண்கள், ஒன்று சிறுமி. இரு ஆண்களுக்கும் முகம் இருக்கவேண்டிய இடத்தில் இரண்டு சதைப் பிண்டங்கள். விரல்கள்போல் இரண்டு கைகள் தோளில் இருந்து தொங்குகின்றன. கால்கள் சூம்பி இருந்ததால் அவற்றைத்தலையில் சுற்றி வைத்தபடி பிருஸ்டபாகம் தரையில் உராய்ந்தபடி நகர்ந்தனர் அவர்கள். சிரித்தார்களோ என்றிருந்தது ஒரு கணம். பெண்ணுக்கு அளவுக்குப் பெரிய தலையும் முகமும் ஒழுங்கின்றி அமைந்திருந்தன. மற்றபடி அவளும் பிருஸ்டபாகத்தால் நகர்ந்தாள்; கால்களை அவள் சகோதர்கள்போல் தலையில் தூக்கி வைத்திருந்தாள்.

ஆனந்தராஜைப் பார்த்தேன்.

அவன் தூரத்தில் இரு ஆந்தைகளின் உயிரைப் போக்கிக் குடலை எடுத்து சுத்தம் செய்து, பாடம் போடுமிடத்தில் நின்று ஆலோசனை கூறிக்கொண்டிருந்தான், வழக்கம்போல் காலை ஒரு தூணோடு சுற்றிவைத்தபடியே.

• • •

காந்தி லிபி

எதிர்பார்க்காதது தான் நடந்தது எனக்கு.

நான் ஆய்வின் பொருட்டு அந்தக் கோடை காலத்தில் குளிராக இருக்கும் சுகவாசஸ்தலத்துக்கு 1978-ஆம் ஆண்டு போவேன் என்றோ அங்கு அப்போது 90 வயதான பழம்பெரும் சுதந்திரப் போராட்ட வீரரான ராஜகோபால பிள்ளையைச் சந்திப்பேன் என்றோ கொஞ்சமும் எதிர்பார்க்கவில்லை.

ஆறு அடி ஓரங்குலம் உயரம் உள்ள பிள்ளை, ஒல்லியான தேகம், கனத்த சட்டமுள்ள கண்ணாடி, கதராடை சகிதம் காட்சி தந்தார். கைகள் மட்டும் ஆடியபடியே இருந்ததைத் தவிர ஆரோக்கியமானவர். கன்னங்கள் ஒட்டியபடியும், நரைத்த பெரிய மீசையுடனும் காணப்பட்ட அவர், என்னைப் போலவே பழைய வரலாற்று ரெக்கார்டுகளைத் தேடி, சேசுசபை பாதிரியார்கள் சேமித்துவைத்த அரிய பல ஆவணங்களைப் பார்வையிட வந்திருந்தார். காலில் கனத்த 'வாரால்' ஆன செருப்பு அணிந்திருந்ததுபோலவே தோளில் தொங்கும் சாயம் போன பையுடன் காணப்பட்டார். அவரை அழைத்து வந்த பாதிரியார், நான் கர்நாடகத்திலிருந்து வந்துள்ள கன்னட மொழிபேசும் ஓர் ஆய்வாளன் என்றும் சேசுசபை குருக்கள் 18-ஆம் நூற்றாண்டில் ரோமுக்கு அனுப்பிய கடிதங்களைப் பார்வையிட வந்துள்ளேன் என்றும் பிள்ளையிடம் அறிமுகம் செய்தார். பிள்ளை என்னைப் பார்ப்பதற்குப் பதிலாக காந்தியின் நினைவாய் கதர்ஜிப்பாவில் தொங்கவிடப்பட்ட, காலத்துக்குப்பொருந்தாத, அந்தக்கால கடிகாரத்தை ஒரு முறை பார்த்தார்.

மரத்தாலான தரையுள்ள கான்டீனில் 'பிரட்டில்' ஜாம் தடவி எனக்கும் பிள்ளைக்கும் கான்டீன் சிப்பந்தி காலை உணவை

வைத்தபோது, கதர்ஜிப்பாவின் வலது பக்கத்திலிருந்து எடுத்த மூக்குப்பொடியை இடது கையால் லாவகமாய் எடுத்து மூக்கில் போட்டவாறே பிள்ளை சொன்னார்.

'நீங்கள் பழையகால காந்தியவாதிகளைப் பார்த்துப் பார்த்துச் சலித்துப் போயிருப்பீர்கள் இல்லையா?'

நான் நிஜத்தை ஒத்துக்கொண்டேன்.

'வாஸ்தவமாக சொன்னால், அதுதான் உண்மை'

'ஆனா உங்களுக்குக் காந்தியைப் பற்றி ஒன்றும் தெரியாது'.

பிள்ளையின் குரலில் கோபம் லேசாக வெளிபட்டதோ என்று ஐயம் தோன்றும்படி பேச ஆரம்பித்தார்.

'காந்தியின் தந்தையின் பெயரும், தாயின் பெயரும் அறிந்திருப்பீர்கள். அவர் குஜராத் பனியா சாதியைச் சார்ந்தவர் என்றும் கேள்விப்பட்டிருப்பீர்கள். மகாத்மா காந்தியின் தாய் புத்லிபாய் நான்காவது மனைவி, அவர் தந்தைக்கு. காந்தி ஒரு வருடம் பம்பாயில் சட்டம் படித்தார். அதன்பிறகு தான் லண்டனுக்குச் சட்டம் படிக்கப் போனார். எல்லாரும் காந்தி லண்டனில்தான் சட்டம் படித்தார் என்று கருதுகிறார்கள். அவர் முதலில் சட்டம் படித்தது இந்தியாவில்தான்...'

என்னையே கூர்மையாய் பார்த்தபடி பேசிக்கொண்டிருந்த பிள்ளையின் சிரிப்பு வழக்கம்போல் இருக்கவில்லை. தனக்குள் சிரிப்பதுபோல் பட்டது. எனக்கு, காந்தி பற்றி பெரிதாகக் கவர்ச்சி ஏதும் கிடையாது. கர்னாடகத்தில் நண்பர்கள் அம்பேத்கருக்கும் காந்திக்கும் நடந்த சண்டை பற்றி விவாதம் வந்தபோது அம்பேத்கர் சார்பாய் பேசினார்கள். நான் ஒரு கர்நாடக இலக்கிய சூழலில் வளர்ந்த கன்னடமொழி பேசக்கூடியவன் என்பதும்கூட இதற்குக் காரணமாகலாம். அதுபோல் நான் காந்தி இறந்த பத்து வருடங்களுக்குப் பிறகு பிறந்து வளர்ந்தவன்.

'காந்தி லண்டனில் சட்டம் படித்து 1891இல் முடித்துவிட்டு இந்தியாவுக்கு வந்து ஒரு வருடம் பம்பாயில் வக்கீலாக இருந்தது தெரிந்திருப்பீர்கள். அதுக்கு முன்னாடியே கஸ்துர்பா மெக்கான்ஜ் என்பவரை, காந்தி 13ஆம் வயதில் திருமணம் செய்திருந்தார்'.

வயதான பிள்ளை சொன்ன சிறுசிறு தகவல்கள் எனக்குப் புதிதாய் தென்பட்டன. நான் வரலாற்றுத் தகவல்களைத் தேடி ஓடும் உள்ளுணர்வு படைத்தவன். அதனால் காந்தியிடம் ஈடுபாடு இல்லாவிட்டாலும் கஸ்தூர்பாவின் முழுப்பெயர் கஸ்தூர்பா மெக்கன்ஜ் என்பதும் காந்தி முதன்முதலாகச் சட்டம் படித்தது பம்பாய் என்பதும் புதுத்தகவல்களாக இருந்தன.

‘காந்தி முதலில் பிரிட்டீஷாரால் கௌரவிக்கப்பட்டார். முதல் உலகப்போரில் தென்ஆப்பிரிக்காவில் யுத்தத்தில் முன்னூறு பேர் அடங்கிய ஒரு குழு சேவையாளர்களை ஒருங்கிணைத்து யுத்தத்தில் புண்பட்டவர்களுக்கு அவர் உதவினார். அதற்காக பிரிட்டீஷாரால் விருது வழங்கி கௌரவிக்கப்பட்டவர் காந்தி’.

காந்தியைப் பற்றிப் பேசுவதில் சலிப்புத் தட்டாதவர் பிள்ளை என்று நான் நம்பும்படி அவர் பேசிக்கொண்டிருந்தபோது எங்கள் டேபிளில் அமர்ந்து சாப்பிட்டுக்கொண்டிருந்த இரு இளம் வெள்ளைக்கார பாதிரிகள் சிலுவை அடையாளமிட்டு விட்டுக் அவர்களுக்குக் கொடுக்கப்பட்டிருந்த வெள்ளைத் துண்டால் வாயுதட்டை ஒற்றியபடியே சாப்பிட்ட ‘புள்பாயில்’ முட்டையின் பொடியைத் துடைத்த திருப்தியுடன் எழுந்து புறப்பட்டனர். அவர்கள் புறப்படும் முன்பு கர்னாடகத்திலிருந்து வந்திருந்த என்னையும் சுதந்திர போராட்ட வீரரான பிள்ளையையும் நோக்கி சிறு புன்முறுவல் பூக்க மறக்கவில்லை. சாப்பிடும் போது அவர் கைகள் ஆடவில்லை. தொடர்ந்தார் பிள்ளை.

‘காந்தி, 1947இல் இந்தியா சுதந்திரமடைந்தபோது எந்த சுதந்திர விழாவிலும் கலந்துகொள்ளவில்லை. அதுபோல் 1948இல் நாதுராம் கோட்ஸேயால் சுட்டுக்கொல்லப்படுவதன் முன்பே ஐந்துமுறை அவர் மீது கொலைமுயற்சி நடந்தது. காந்தி சிறு வயதில் படித்தது ஒரு கிறிஸ்தவப் பள்ளி. அதன் பெயர் ஆல்பிரட் உயர்நிலைப்பள்ளி. ஒருமுறை காந்தி காங்கிரஸ் கட்சியிலிருந்து ராஜினாமா செய்தார்...’

இப்படி இப்படி பிள்ளை தன் ஆடிய கைகளால் அடிக்கடி மூக்குப்பொடி போட்டவாறே நான் அறிந்திராத தகவல்களைக் காந்தி பற்றிக் கொடுத்துக் கொண்டேயிருந்தார். இடையில் ஒருமுறை மூக்குப்பொடி வைக்கும் சதுரமான ஓரங்குல நீளமும் அகலமும் கால் அங்குலம் உயரமும் கொண்ட புலிப்பல்லில்

செய்த பொடி டப்பாவை என்னிடம் காட்டியபோது நான் புன்னகை செய்தேன். ஏனெனில் சில ஆண்டுகளுக்கு முன்பு மரணமடைந்த என் தாயின் தந்தையான என் தாத்தாவின் மூக்குப்பொடி டப்பாவை எப்போதும் நான் வைத்துக்கொண்டு அவருக்கு அவர் விரும்பிய போதெல்லாம் கொண்டு போய் கொடுக்கும் என் சிறு வயது அனுபவம் ஞாபகம் வந்தது. மூக்குப்பொடி டப்பாவில் அடிக்கப்பட்டிருந்த சிறு ஆணியில் மேல்மூடியும் கீழ்முடியும் பொருந்தியிருக்கும் தொழில்நுட்பம் என்னை அக்காலத்தில் வெகுவாகக் கவர்ந்திருந்தது. தாத்தாவின் பொடிடப்பாவை மேல்மூடியும், கீழ்த்தட்டும் வெகுநுட்பமாய் மூடிக்கொள்ளும் முறையில் சிரமப்பட்டு யாரோ கைவினைஞர் மூக்குப்பொடி டப்பாவை செய்திருந்தது ஞாபகம் வந்தது.

இதனைப் பற்றி பிள்ளையிடம் நான் சொன்னபோது அவர் தன்னுடைய கையிலிருந்த மூக்குப்பொடி டப்பாவை என்னிடம் 'இதோ பாருங்கள்' என்று தந்தார்.

எனக்கும் அவருக்கும் அந்தக் கோடைகால சுகவாசஸ்தலத்தில் ஆவணக் காப்பகத்தில் அன்றைய வேலை முடிந்த பின்பு தங்குவதற்கென்று அறை கொடுத்தார்கள். மிகக் குறைந்த கட்டணத்தில் தங்க வசதியான அறைகள். கழிப்பறையில் தண்ணீர் அடிப்பதற்குச் சங்கிலியால் சிறு டாங்கிலிருந்து நீரை இழுத்து வெளியேற்ற வேண்டும். இந்திய சுதந்திரத்துக்கு முன்பே வெள்ளைக்காரர்கள் இங்கு இருந்தபோது அமைத்திருந்த முறை. அதுபோல் முகம் பார்க்கும் கண்ணாடிகளில் பாதரசம் மங்கிப் போய் இருந்தது. அந்த அறைகள் பெரும்பாலும் இந்தியா முழுவதிலிமிருந்து வரும் பாதிரிகளால் பயன்படுத்தப்பட்டவை. எனவே, தன் அழகைப் பற்றிய பிரக்ஞையைப் பாதிரிகள் நிராகரித்ததால் அவர்களின் முக அழகைப் பாதுகாக்க அவர்கள் ஒப்பனை செய்வதில்லை. அதனாலோ என்னவோ கண்ணாடிகளில் பாதரசம் இல்லை. ஒருநாள் பிள்ளை அவர்களின் அறைக் கண்ணாடியிலும் பாதரசம் கழன்று போயிருந்ததைக் கவனித்தேன்.

நான் கண்ணாடியைக் கவனிப்பதைக் கண்ட பிள்ளை அடிக்கடி செய்வதுபோல் தனது வயதான நீண்ட கைவிரல்களால் வெள்ளையாக மாறிய முடியுடன் காட்சி தந்த தலையைத் தடவிவிட்டுச் சொன்னார்.

இது, பாதிரிகள் தத்தம் முகஅழகில் ஈடுபடக்கூடாது என்பதற்காக வேண்டுமென்றே செய்யப்பட்டவேலை. பாதரசத்தைச் சுரண்டி முகம் அழகாய் தெரியாதபடி கண்ணாடிகளை மாற்றுகிறார்கள்.

பிள்ளை வயதானவராக இருந்தாலும் சுவராசியமான மனிதராய் தென்பட்டார். கண்ணாடியில் பாதரசம் சுரண்டப்பட்டிருப்பது பற்றிச் சொல்வதாக இருந்தாலும் சரி, நம் எல்லோருக்கும் தெரியும் என்று நாம் கருதியிருக்கும் காந்தியைப் பற்றிப் பேசுவதாக இருந்தாலும் சரி, நமக்குத் தெரியாத புதுத்தகவல்களைத் தருகிறாரே என்று எண்ணிக்கொண்டேன்.

இடையிடையே என்னைப் பற்றி பிள்ளை அவர்கள் கேட்டுத் தெரிந்துகொண்டார். நான் ஒரு கன்னட எழுத்தாளனின் மகன் என்பது தெரிந்ததும் கன்னட இலக்கியம் பற்றிக் கேட்டார். என் தந்தை பாலகிருஷ்ண கௌடாவை எங்களின் மங்களூர் பக்கத்து எஸ்டேட்டில் சந்திக்க வரும் எழுத்தாளர்கள் பற்றி நான் தெரிந்த விஷயங்களைப் பிள்ளைக்குத் தெரிவித்தேன்.

'பாலகிருஷ்ண கௌடா... பழைய சுதந்திர போராட்ட தியாகி அல்லவா?'

'ஆம்' – இது நான்.

'நீங்கள் அவர் பிள்ளையா? நானும் அவரும் பெல்லாரி சிறையில் ஒன்றாக இருந்தோம். ஒருமுறை அசெம்பிளி எலெக்சனில் வெற்றி பெற்றாரே' என்று கேட்டார் பிள்ளை.

'ஆமா. எல்லாம் தெரிந்து வைத்திருக்கிறீர்களே' என்ற போது சிரித்தார் பிள்ளை. நண்பனின் மகனுடனிருக்கிறோம் என்று குதூகலம் கொண்டார். 'உன் தந்தையின் எழுத்தில் ஒரு மாந்திரிகத் தன்மையும் உண்டு. சமீபத்தில் கூட உன் தந்தையின் நாவல் 'மைசூர் அரண்மனையின் நிழல்' என்பதைப் படித்து எனக்குப் பிடித்த சில பகுதிகளை எழுதி வைத்திருக்கிறேன் பார்' என்று மாலையில் ஆவணக்காப்பகத்தில் இருந்து இருவரும் காண்டீன் சென்று சுத்தமாகத் துடைத்து அமைதியாக இருக்கும் அறையின் மேசையில் வைக்கப்பட்ட வடையையும் காப்பியையும் எடுத்துக் குடித்தபோது கூறினார் பிள்ளை. பின்பு அவர் அறைக்கு என்னை அழைத்துச் சென்று அவருடைய பைன்ட் செய்யப்பட்ட

(சுமார் 800 பக்கங்கள் கொண்ட) குறிப்பு எடுக்கும் நோட்டை எடுத்துப் பிரித்துப் படித்தார். நான் அறிந்திராத என் தந்தையின் ஒரு நாவலின் பகுதி என்று பிள்ளை படித்த பாரா இப்படி எழுதப்பட்டிருந்தது. அது நூலின் முன்னுரை.

'மைசூர் அரசன் கொலை செய்யப்பட்ட இடத்தில் இரண்டு பெரிய மைல்கல்கள் நடப்பட்டிருந்தன – ஒன்று கறுப்பு நிறம், இன்னொன்று சிவப்பு நிறம். அவை மைசூர் அரசின் இரண்டுவிதமான நீதி பரிபாலனத்தைச் சுட்டின. நீதியும் வீரமும். நீதியைச் சுட்டிய கறுப்புக் கல்லில் செதுக்கப்பட்ட, நெளியும் குறுக்குமறுக்குமான இரண்டு பாம்புகளின் திறந்த வாய்களில் லத்தீன்மொழி வாசகங்கள் எழுதப்பட்ட ஓலைகள் காணப்பட்டன. வாள் பிடித்த ஒரு பெண்ணின் கை, மேகத்திலிருந்து வெளிப்பட்டுப் பாம்பிடம் ஆணையிட்டது. சிவப்புக் கல்லில் ஒரு பிடிக்குள்ளே இரண்டு வாள்கள் இருந்தன. அந்த இரட்டைவாள் கீழிலிருந்து மேல் நோக்கித் தீட்டப்பட்டிருந்தது. மர்மம் முழுதும் இந்தக் குறிகளை அறிவதில் அடங்கியிருக்கிறதென்பதை புரியும் துப்பறிபவன் மைசூர் அரசரின் கொலையாளியை இறுதியில் கண்டுபிடித்தாலும் அவனைப் பிடிப்பதில்லை...'

பிள்ளை 'இவ்வளவுதான் எழுதினேன்' என்றார்.

'நான், என் தந்தையின் காலத்து எழுத்துப்பாணியைவிட கன்னடக்கவிஞர் கோபாலகிருஷ்ண அடிகா போன்றோரின் பாணி கவிதைகளைத் தான் அதிகம் ரசிக்கிறவன் என்று கூறியது பிள்ளைக்குப் பிடிக்கவில்லை. எனினும், தன் எண்ணத்தை என்னிடம் வெளிப்படுத்தவில்லை அவர். அவரளவு வயதானவர்களின் முதிர்ச்சி அது என்று எண்ணினேன்.

இவ்வாறு பிள்ளையும் நானும் சுமார் ஒருவாரம் அந்த சுகவாசஸ்தலத்தில் தகவல்கள் சேகரித்தோம்.

கடைசிநாள் பிள்ளை அவர்களை அந்த ஊர் ரயில்வே ஸ்டேஷனில் நான் வழியனுப்பிவிட்டு வந்தேன். எனக்கு இன்னும் ஒரு வாரம் ஆவணக் காப்பகத்திலேயே இருந்து முடிக்க வேண்டிய வேலைகள் இருந்தன.

மறுநாள் நான் ஆவணக்காப்பகத்தில் பழைய நூல்களையும் காட்டலாக்குகளையும் டைப் செய்யப்பட்ட தாஸ்தாவேஜூகளையும் புரட்டிக்கொண்டிருந்தபோது திரும்பிப் பார்த்தால் கதர்ஜிப்பா போட்ட குண்டான ஒரு வயதான மனிதர். இவரிடம், மதியம் உணவுக்குப் போகும்போது கான்டீனில் வைத்து பேசியதில் இவர் ராஜகோபால் பிள்ளையைத் தேடிவந்தவர் என்றும் பிள்ளை அவர்கள் போய்விட்ட செய்தி தெரியாததால் அன்று அங்கேயே தங்க வேண்டியதாகிவிட்டதால் நேரத்தைப்போக்க ஆவணக் காப்பகத்தில் ஆவணங்களைப் பார்வையிட வந்தவராகவும் தன்னை அறிமுகப்படுத்தினார். இவருடைய பெயர் ஸ்டான்லி குமரப்பா. சுகவாசஸ்தலத்திற்கு இரண்டு குன்றுகள் தாண்டி அப்பாலிருக்கும் பஞ்சாயத்துக்குத் தலைவர். ராஜ கோபால பிள்ளை காந்தி பற்றி நன்கு அறிந்தவர் என்றும் பல அரசியல் தலைவர்களின் குருபோல் செயல்பட்டவர் என்றும் கூறிய ஸ்டான்லி குமரப்பா என்னைப் பற்றி விசாரித்தார். என் தந்தை ஒரு கன்னட எழுத்தாளர், ஒருகாலத்தில் சுதந்திரப்போராட்டத்தில் ராஜகோபால் பிள்ளையுடன் பெல்லாரி சிறையில் இருந்தவர் என்றேன்.

ராஜகோபால் பிள்ளையின் நண்பரின் மகன் என்பதால் ஸ்டான்லி குமரப்பா சகஜமாகப் பழகினார். நவீனகால கன்னட இலக்கியத்தில் நான் ஈடுபாடு கொண்டவன் என்பதைச் சொன்னபோது குமரப்பா அதிகம் அதில் அக்கறை காட்டவில்லை.

எனினும், குமரப்பா வைத்திருந்த கையெழுத்துப் பிரதி ஒன்றைப் பார்த்தபோது குமரப்பாவும் எழுத்தாளராக இருப்பாரோ என்று எனக்கு சந்தேகம் ஏற்பட்டதால் கோபாலகிருஷ்ண அடிகா மற்றும் ராமச்சந்திர சர்மா போன்ற கன்னடத்தின் ‘நவ்ய’ இலக்கிய இயக்கத்தைச் சார்ந்த கவிஞர்கள் பற்றிச் சொல்லலாமா என்று யோசித்தேன்.

குமரப்பா ஏதோ நினைத்தபடி, அப்போது என்னைக் கண்களில் தீர்க்கமாய் பார்த்தபடி, இப்படிக் கேட்டார்.

‘ராஜகோபால் பிள்ளை எழுதிய காந்திமகான் சரித்திரம் என்ற நூல் பற்றிக் கேள்விப்பட்டிருக்கிறீர்களா?’

'இல்லை; மேலும் நான் தமிழ்ப் படிக்கத் தெரியாத கன்னடம் பேசுபவன். நான் எப்படி காந்தி மகான் சரித்திரம் என்ற தமிழ்நூலைப் படிக்கமுடியும்?'

'நீங்கள் நினைத்தால் படிக்க முடியும். ஆனால், நினைக்க வேண்டும். நினைக்கும் சக்தி இருப்பவர்களுக்குப் படிக்க முடியும்' என்று நிறுத்தினார்.

'எப்படி? தமிழ் எழுத்து எனக்குத் தெரியாதே' என்றேன்.

'எழுத்துத் தெரியாதவர்களுக்காக இந்தியாவின் பல மொழிகளின் எழுத்துக்களைச் சேர்த்து உருவாக்கிய 'பாரதம் முழுமைக்கான லிபியில்' எழுதப்பட்டது இந்தக் காந்தி மகான் சரித்திரம். கன்னட எழுத்து ஆதியில் பிராமியில் இருந்து தானே வந்தது?.

'ஆம்'

'அப்படி எனில் திராவிடமொழிகளின் மூல எழுத்து பிராமி. சரிதானே?'

'சரிதான்' என்று எனக்குத் தெரிந்ததைச் சொன்னேன்.தவறாகவும் இருக்கலாம்.

அந்த மூல லிபியின் வடிவங்களும் இந்தி, பெங்காளி போன்ற எழுத்துக்களின் மூல லிபிகளின் வடிவங்களும் சேர்த்து ராஜகோபால் பிள்ளை, 'காந்தி லிபி' என்ற பாரதநாடு முழுமைக்கும் ஒற்றை லிபியை உருவாக்கினார். அதை இந்திய மொழிகள் எல்லாம் பின்பற்ற வேண்டும் என்று நேரு பிரதமராக இருக்கும் போது ஓரிரு கடிதங்களை எழுதினார். யாரும் கண்டுகொள்ளவில்லை. அதன்பின் அந்த லிபியைத் தான் ஒருவனே அறிந்தவன் என்றும் எல்லாஇடத்திலும் நிலைத்திருக்கும் லிபியாக அதை மாற்றவேண்டுமென்று யோசித்தார். அதன் விளைவாக காந்தி லிபியில் உருவான சரித்திரம்தான் 'காந்திமகான் சரித்திரம்'.

'ஒரே ஒருவருக்குத் தெரிந்த லிபியின் எழுதப்பட்டுள்ளது காந்திமகான் சரித்திரம்?'

அப்போது என் கேள்வியை செவியுற்ற ஸ்டான்லி குமரப்பாவும் நானும் அந்தச் சுகவாசஸ்தலத்தில் ஒரு சிறிய குன்றினருகில் அருகருகே நடந்து கொண்டிருந்தோம்.

ஆமா! அதுதான் இந்த நூலின் சிறப்பு என்று தனது காதித்துணியாலான தோள் பையின் பக்கம் பார்வையைச் செலுத்தினார் ஸ்டான்லி குமரப்பா. தாட்டியான உடலாகையால் இரைத்தபடி நடந்தார். அன்று நல்ல வெயிலடித்த நாளாகையால் வானம் தெளிவாக இருந்தது.

நான் பொறுமையை மீறி “அந்த நூல் உங்களிடம் இருக்கிறதா?”என்று கேட்டதும் குமரப்பா என்னை நோக்கிப் புன்முறுவல் பூத்தார்.

அறைக்கு போனபிறகு காட்டுவார் என்று நம்பினேன். சில நிமிடங்களில் நாங்கள் தங்கும் விடுதி வந்தது. அவரது அறைக்கு என்னை அழைத்துக் குமரப்பா வாசிக்க ஆரம்பித்தார். குமரப்பா ‘காந்தி லிபியைப்’ படிக்கத் தெரிந்த இரண்டாம் நபர் என்று அறிந்தேன். பின் ஏன் ஒருவருக்கு மட்டுமே காந்தி லிபி என்ற அனைந்திந்திய மொழிகளை எழுதும் லிபி தெரியும் என்று கூறினார் என்ற கேள்வி எனக்குத் தோன்றியது. கன்னடம், இந்தி, மராட்டி, வங்காளி, அஸ்ஸாமி, ஒரியா, தமிழ், மலையாளம், தெலுங்கு, பஞ்சாபி, மைதிலி, துளு, காஷ்மீரி போன்ற எல்லா மொழிகளையும் ஒரே லிபியைப் பயன்படுத்தி எழுதும் லிபி புரட்சிகரமானதுதான். ஆனால், அதனை இந்தியாவின் எல்லா மக்களும் அறிந்துகொள்ளவில்லையே என்று எனக்கு வேதனையாக இருந்தது. இதுபோன்ற செய்தியை என் தந்தையான பாலகிருஷ்ண கௌடா ஒரு முறை கோபாலகிருஷ்ண அடிகா என்ற எங்கள் மொழியின் புகழ்பெற்ற கவிஞரைச் சந்தித்தபோது கூறினார் என்ற செய்தியை லிங்காயத்து மடம் ஒன்றில் வைத்து ‘மதே ஸ்நான’ என்ற பெயரில் தலித்தினர் பிராமணர் உணவு உண்ட எச்சில் இலைமீது உருளும் சடங்கைக் கேள்விப்பட்டுக் கண்டித்த லங்கேஷ் என்ற பெயரில் கன்னடத்தில் அறியப்படும் எழுத்தாளர் கோபமாகப் பேசிய செய்தி ஒன்று நான் கேள்விப்பட்டதுண்டு. என் தந்தை மரணப்படுக்கையில் இருந்தபோது அவரைப் பார்க்க வந்த ஓர் இளம் தலித் எழுத்தாளர் இச்செய்தியைக் குறிப்பிட்டதை என் தந்தையின் மரணத்தைப் பற்றி எழுதிய ஒரு பெங்களூர் கன்னடத் தினத்தாள் அச்சிட்டிருந்தது என் ஞாபகத்துக்கு வந்தது.

‘காந்தி லிபியைத் தெரிந்த இன்னொருவர் தாங்களா?’ என்று கேக்கும் ஆர்வம் இருந்தாலும் என்னைக் கட்டுப்படுத்திக் கொண்டு குமரப்பா அடுத்து வாசிக்கப் போவதைக் கவனித்தேன்.

'காந்தி 1948ஆம் ஆண்டு ஜனவரி 30ஆம் தேதி பிர்லா ஹௌஸில் மாலை ஐந்து மணிக்குப் பிரார்த்தனைக்கு வருவார் என்பது எல்லோருக்கும் தெரிந்த செய்தியாகையால் ஒரு சிறிய கூட்டம் அங்குத் திரண்டிருந்தபோது நானும் இருந்தேன். என் நண்பரான பி.பி.சியின் டெல்லி நிருபர் பாப் ஸ்டிம்ஸன் என்பவர் காந்தியிடம் ஏதோ கேட்பதற்காக அங்கு வந்தபோது இந்தியரான என்னையும் அழைத்தார்...' (இந்த இடத்தில் என் பார்வைக்குப் படாமல் வைத்துப் படித்த காந்தி லிபியால் எழுதப்பட்ட நூலைப் படிக்க சிரமப்பட்டு நிறுத்தினார் குமரப்பா).

அதன்பின்பு தட்டுத்தடுமாறிப் படித்தாலும் குமரப்பா என்முன் கொண்டு வரவேண்டிய வாக்கியங்கள் என் மனதில் பதியாமல் போகவில்லை.

'காந்தி காலில் செருப்புடன் பிர்லா ஹௌஸின் புல்வெளியைக் கடந்து இருபெண்களின் மீது சாய்ந்தவாறு நடந்துவந்தபோது மணி 5.12 ஆனது. எல்லோரும் ஏன் இன்று காந்தி பிந்திவிட்டார் என்று கேள்வியை விழிகளால் தெரியப்படுத்தினார்கள். அப்போது ஒருவன் காந்தியின் கால்களில் விழுந்தான். இரண்டு வெள்ளையர்கள் காந்திக்கு 10 அடி தூரத்தில் நின்று கடவுளைப் பார்ப்பது போல அவரைப் பார்த்துக்கொண்டு நின்றனர்'.

குமரப்பா அதன்பின்பு ஒரு நூலை வாசித்தாரா அல்லது பேசினாரா என்ற வித்தியாசமின்றி எதையோ ஒன்றை வாசித்தார். நான் புரிந்துகொண்டேன். ஆதிவாசிகள் உக்ரம் வந்து தலையைச் சுழற்றுவது போல் அவர் செய்யாவிட்டாலும் கண்கள் வெறிகொண்டு நிலைத்தன அவருக்கு. எனக்குக் குமரப்பாவின் அறையில் இனியும் அமர்ந்திருக்க முடியும் என்று தோன்றாத சூழ்நிலை உருவாயிற்று. காந்தியவாதி போல் தோற்றத்தில் தென்பட்டாலும் ரகசியமாக மது அருந்தும் பழக்கம் உள்ளவரோ என்று நான் சந்தேகம் கொள்ளும் விதமாக நடந்துகொண்ட குமரப்பாவை நான் சாந்தப்படுத்த முடியாமலானது. மதம்பிடித்த யானைபோல் தரையில் படுப்பதும் எழுவதும் ஏதேதோ பேசுவதுமாக இருந்தவர் தொடர்ந்து எனக்குப் புரியாத ஒரு மொழியிலே சுத்தமாய் தெளிவாகப் பேசுவதுபோல் பட்டது. அந்தப் பேச்சு வெறும் ஒலி அல்ல; இலக்கணச் சுத்தமான இன்னொரு மொழி என்பது எனக்கு நன்றாகத் தெரிந்தது.

நான் பேசுவது அவருடைய காதில் விழவில்லை. காந்தி லிபி அவரின் சிந்தனா சக்தியைக் குழப்பியது. அங்கிருந்த சூழல் அப்படிப்பட்டது என நான் அங்கீகரிப்பதை விட வேறு வழியில்லை. இது எனக்கு நன்கு விளங்கியபோது, குமரப்பாவின் அறையிலிருந்து வெளியேறினேன். ஆனால், அவர் ஏதோ ஒரு மொழிக்குக் காற்றோடு உரையாடும் தன்மை இருக்கலாம் என்பதுபோல் பேசிக்கொண்டே இருந்தார். தூரத்தில் நடந்துகொண்டிருந்த எனக்கு, வெளிக்காற்றும் அவரது வாய்வழி வெளிப்பட்ட புரியாத மொழி என்னும் காற்றும் கலந்தது போல் பட்டது. பெந்தகோஸ்த் மதத்தவர்கள் ஆவிவந்து பல மொழிகளில் கூட்டமாய் பேசுவார்கள். அதுபோல ஒருவரே பேசியதுபோல் குமரப்பா பேசினார்.

காலம் உருண்டோடி விட்டது. பல ஆண்டுகள் சென்றன.

ஆனாலும் பழைய நூல்களையும் வயதான காந்தியவாதிகளையும், பழைய சரித்திரங்களையும் தேடிப்போகும் என் சாகசம் நிற்காமல் தொடர்ந்தது. அக்காலத்து யுத்த தந்திரங்களும் அரசர்களும், ராஜபிரதானிகளும், தளபதிகளும், 17,18-ஆம் நூற்றாண்டுகளில் வாழ்ந்த ஆங்கில, பிரஞ்சு படை வீரர்களிடம் இருந்த ஆயுதங்களும், முகமூடிகளும் நெஞ்சை மூடும் இரும்புவலைகள், விதம்விதமான துப்பாக்கிகளும் என்னை ஈர்ப்பதை நிறுத்தவில்லை. இடையிடையே பழங்கால கல்வெட்டுக்களும், மந்திர தந்திர நூல்களும், கௌளி சாஸ்திரங்கள், மூலிகை ரகசியங்கள், யோக நூல்கள், எல்லை இல்லாத் தந்திரமுறைகளைத் தீட்டிய செப்பேடுகள், பல்வேறு சதுரங்க விளையாட்டை விளக்கும் நூல்கள், பாம்பும் ஏணியும் கொண்ட விளையாட்டுப் பற்றிய நூல்கள் போன்றன தொடர்ந்து என்னால் தொகுக்கப்பட்டன. எனக்கு இப்போது எழுபது வயது.

இவ்வாறு அலைந்துகொண்டிருந்தபோது சந்தித்த மனிதர் ஒரு தமிழ்ப்பேராசிரியர். நான் கர்நாடகத்தவனாகையால் நான் தமிழ்ப்பேராசிரியர் ஒருவரை சந்திப்பது முதல்முறை. நெற்றியில் குத்துக்கோட்டில் சிவப்பு வர்ணம் போட்டுக் குடுமி வைத்திருந்தார். சமய பக்தர் என்றார். அவர் திருப்பதியில் இருக்கும் வெங்கடேஸ்வரனை வழிபடும் வழியில் நானும்

அவரும் ஆந்திராவில் இருக்கும் சித்தூரில் அபூர்வமான பழைய நூல்களைக் கொண்ட நூலகத்தில் சந்தித்தோம்.

அவருக்கு - எல்லாம் முன்கூட்டியே திட்டமிடப்பட்டிருக்கிறது என்ற தத்துவத்தில் உடன்பாடிருந்தது - எனக்கு இந்தத் தத்துவத்தில் உடன்பாடில்லா விட்டாலும் நடந்த காரியங்கள் ஆச்சரியப்பட வைக்கத் தவறவில்லை. குடுமி வைத்த, 21-ஆம் நூற்றாண்டில் நான் சந்தித்த தமிழ்ப் பேராசிரியரின், சித்தப்பாவாம் ஸ்டான்லி குமரப்பா. (ஸ்டான்லி என்பது குமரப்பாவின் குருவான ஒரு வெள்ளைக்கார இந்து சன்னியாசியாம்). அதாவது 90 வயது கொண்ட ராஜகோபால் பிள்ளை என்ற மூத்த காந்தியவாதியின் நண்பர் என்று உரிமை கொண்டாடிக் கொண்டு வந்தவர். 20 இந்தியமொழிகளை ஒரே லிபியில் எழுதும்முறையை ராஜகோபால்பிள்ளை கண்டுபிடித்து அந்த அதிசய லிபியில் எழுதிய ஒரே ஒருவருக்குத் தெரிந்த நூலை (குமரப்பாவுக்கு அந்த லிபி தெரியும் என்றால் இருவருக்கும் மட்டும் தெரிந்த நூல்) பல ஆண்டுகளுக்கு முன்பு ஒருவர் என்னிடம் வாசித்த நிகழ்ச்சி இப்போது என் நினைவுக்கு வந்தது. அந்த மாயநிகழ்ச்சியிலிருந்து விடுபடாமல் கடந்த பல ஆண்டுகளாக அலைந்து கொண்டிருக்கிற எனக்கு ராஜகோபால்பிள்ளை என்ற மூத்த காந்தியவாதி இறந்த செய்தி ஒருமுறை ஹம்பியில் இருக்கும் கன்னட பல்கலைக்கழகத்தின் பட்டமளிப்புவிழா நிகழ்ச்சியில் கலந்து பட்டமளிப்பு விழா உரை ஆற்றுவதற்காக வந்த வி.ஐ.சுப்பிரமணியம் என்ற மொழியியல்வாதியால் சொல்லப்பட்டது. வி.ஐ.சு.வின் இளமைக்கால நண்பராம் ராஜகோபால் பிள்ளை.

குடுமி வைத்த தமிழ்ப்பேராசிரியரை நான் விடாமல் பின்தொடர்ந்து, இப்போது முழுவதும் தொடர்பில்லாமல் போய்விட்ட அந்தக் கோடை வாசஸ்தலத்தில் எனக்கு ஏற்பட்ட அனுபவங்களைச்சொல்ல ஆசைப்பட்டேன். சித்தூரில் உள்ள கோயில், குளம் எல்லாம் சுற்றி வந்த குடுமி வைத்த தமிழ்ப் பேராசிரியரோடு எல்லாக் கோயில் குளங்களையும் சுற்றிய பின்பு ஒரு பாடாவதி லாட்ஜில் (சுதர்சன நாச்சியார் லாட்ஜ்) நானும் அவரும் தங்கியபோது என் ஐயங்களைக் கேட்டேன். ஸ்டான்லி குமரப்பாவின் காந்தி லிபி பற்றிய பயிற்சி பற்றி ஏதும் சொல்வதற்கில்லை, ஏனெனில் தான் காந்தி லிபி பற்றி இதுவரை

கேட்டதில்லை என்றார் குடுமித் தமிழ்ப் பேராசிரியர். ஆனால் ஸ்டான்லி குமரப்பா பலவிதமான திறமைகள் கொண்டவர் என்பதில் எங்கள் குடும்பத்தில் எல்லோருக்கும் ஒத்த கருத்து உண்டு; எனவே, அவர் காந்தி லிபி பற்றித் தெரிந்திருக்க வாய்ப்புண்டு என்றார் பேராசிரியர்.

மறுநாள் சித்தூருக்குப் பக்கத்து ஊர்களில் உள்ள சிறுதெய்வங்களுக்கான கோயில்கள் சிலவற்றைச் சுற்றி வந்துவிட்டால் கர்னாடகத்திலிருந்து வந்துள்ள இலக்கிய நண்பரான எனக்குக் கொஞ்சம் ஆச்சர்யங்களை அளிக்கமுடியும் என்றார் பேராசிரியர்.

என் முதுகுவலியையும் 70ஆம் வயதை கடந்த என் வயோதிகத்தையும் மறந்து, அன்று முழுவதும், கோயில்கள் முன்பு படுத்துக் கிடக்கும் நந்திகளையும் நின்று கொண்டிருக்கும் எண்ணெய் வழிந்தோடும் விநாயகர் கற்சிலைகளையும் சுற்றிச் சுற்றிக் கால்வலிக்க ஓடிக்கொண்டிருந்த எனக்கு அன்று மாலையில் சுதர்சன நாச்சியார் லாட்ஜில் பெரிய ஆச்சரியம் ஒன்று காத்திருக்கிறதென்று தெரியாது.

தமிழ்ப்பேராசிரியர் அவருடைய பெயிண்ட் போன ட்ரங்பெட்டியில் (இதனைத்தான் அவர் பயன்படுத்தினார் என்பது உண்மை) கீழ்ப்பகுதியில் இருந்து உருவிப் பழைய தோல்பையிலிருந்த கறுப்பு வெளுப்பு போட்டோக்களை எடுத்தபோது துல்லியமாக நானும் ஸ்டான்லி குமரப்பாவும் சேர்ந்து நிற்கும் படம் அதில் இருக்குமென்று நான் நினைக்கவில்லை. பேராசிரியரும் நினைக்கவில்லை. இது அகஸ்மாத்தாக நடந்ததாக நான் நினைத்தாலும் பேராசிரியர் அப்படி நினைக்கவில்லை என்பதை அவர் நடவடிக்கைகளில் தெரிந்த மாற்றம் காட்டியது. பேராசிரியர் படபடப்புடன் இருந்ததுபோல் பட்டது.

மறுநாள் அதிகாலையில் என்னிடம் வந்து என் அப்பன் திருமலை இறைவனைத் தரிசிக்க வேண்டும் என நேற்று தூங்கும்போது, கட்டளை வந்துவிட்டது; நான் கிளம்புகிறேன் என்று திருப்பதிக்குப் புறப்பட்ட பேராசிரியர் என்னிடம் ஒரு கத்தை பழந்தாள்களை விட்டுச் செல்வதில் குறியாக இருந்தார்.

பழம்பெரும் ஆங்கில சிறுகதையாசிர் எட்கர் ஆலன்போவின் ஆங்கில நடையை நகல்பண்ணி எழுதப்பட்ட காந்திமகான் சரித்திரம் இப்போது என் கையில் இருந்தது. முதல் பக்கத்தில் மொழிபெயர்த்தவர் ஸ்டான்லி குமரப்பா என்றிருந்தது.

நான் பல ஆண்டுகளுக்கு முன்பு தமிழ்நாட்டில் ஒரு கோடைவாசஸ்தலத்தில் இருந்தபோது ஸ்டான்லி குமரப்பாவால் பாதி தெரிவிக்கப்பட்ட மகாத்மா காந்தியின் மரணம் பற்றிய விபரம் தொடர்ந்தது.

அதில் இருந்த செய்திகள் எனக்கும் இந்தியாவுக்கும், ஏன் காந்தியைப் பற்றி அறிந்துகொள்ள விரும்பும் உலகத்தவருக்கும், பெரும் கொந்தளிப்பையும் வியப்பையும் கொடுக்கக்கூடிய செய்திகள்.

டெல்லியில் காந்தி, பிர்லா ஹௌசில் புல் தரையில் நடந்து பிரார்த்தனைக்குப் போய் மேடைமீது ஏறியதும் நான்கு முறை துப்பாக்கிக் குண்டுகள் பாய்ந்தன (சிலர் மூன்றுமுறை என்கிறார்கள், இந்த வேறுபட்ட வாசிப்பு கவனத்துக்குரியதும் முக்கியமானதுமாகும்.) பாய்ந்த குண்டுகளின் மங்கலான ஓசை கேட்டதுவரை இன்றைக்கு எல்லோருக்கும் தெரியும் தகவல்கள் சரி என்றும் அடுத்து நடந்தது வேறு என்றும் அங்கு நின்றிருந்த ராஜகோபால் பிள்ளை ஒருவருக்கு மட்டுமே (ஸ்டான்லி குமரப்பாவுக்கும் அந்த லிபி தெரிந்திருந்ததால், இருவருக்கு மட்டும்) தெரிந்திருந்த லிபியில் எழுதிய நூலில் தெரிவித்திருந்தார். ஏற்கனவே, ஐந்துமுறை கொலைத் தாக்குதல் முயற்சி நடைபெற்றதால் ராஜகோபால் பிள்ளையும் வேறு நான்கு தென்னிந்தியர்களும் அன்று காந்தியைப் பாதுகாத்துக் கடத்திவிட்டார்கள் என்றும் உலகம் காந்தியின் உடல் என்று கருதியது காந்தியைப் போன்ற தோற்றத்தில் இருந்த காந்தி பக்தரான கும்பகோணத்தைச் சார்ந்த வெங்கட்ராம முதலியார் என்பவரின் குண்டு துளைத்த உடலைத் தான் என்றும் தெளிவாய் (ஆனாலும் பழைய ஆங்கிலத்தில் தான்) எழுதப்பட்டிருந்தன. காரியங்களைத் தக்க முறையில் செய்வதில் சாமர்த்தியம் கொண்ட ராஜகோபால் பிள்ளை காந்தி லிபியில் எழுதப்பட்ட நூலில் இவற்றை எழுதியதை குமரப்பா பழைய ஆங்கிலத்தில் மொழிபெயர்த்திருந்த கையெழுத்துப் படியை நான் படித்து

முடித்தபோது எனக்கு எதுவும் புரியவில்லை. காந்திதான் என்று கூறும்படி தோற்றம் கொண்டிருந்த வெங்கட்ராம முதலியார் வேறுயாருமல்ல. முன்னாள் தமிழ்நாட்டு காங்கிரஸ் தலைவர் சத்தியமூர்த்தியின் சிறுவயது நண்பர். சேலத்தில் காந்தி ஆசிரமம் நடத்தியவர்.

அவர் காந்தியைப் போலவே 1869 அக். 2ஆம் நாள் பிறந்து 1948 ஜன 30ஆம் நாள் மறைந்தவர். இன்னொருவர்.

தலையைப் பிய்த்துக்கொள்ளும் என் சந்தேகங்களைக் கேட்கலாம் என்றால் குடுமிவைத்த தமிழ்ப்பேராசிரியரும் சித்தூரை விட்டுப்போய்விட்டார். திருப்பதிக்கு நானும் பயணத்தைத் தொடரலாம் என்று யோசித்தபோது அந்த நம்பிக்கையில்லாத நீண்ட பயணத்தின் மூலம் பேராசிரியரைச் சந்திக்க முடிந்தாலும் காந்தி பற்றிய தகவல்களின் உண்மையை வெளிக்கொண்டு வந்துவிடமுடியாது என்பது புரிந்தது. ஏனெனில் காந்தி லிபியில் எழுதிய மூலநூல் எங்கும் இல்லாததுபோல் அதனைப் படிக்கத் தெரிந்த ஒருவர் அல்லது இருவரில் யாரும் இப்போது உயிருடனும் இல்லை.

என்னை – அரசியலில் ஈடுபாடோ, கட்சிகளின் செயல்முறைகளில் நம்பிக்கையோ இல்லாத என்னை – காந்தி லிபியும் அதுபோல, என் தந்தை எழுதியதாக, பிள்ளை அவர்கள் கூறிய ‘மைசூர் அரண்மனையின் நிழல்’ என்ற நூலும் ஆக்கிரமித்தன இப்போது. என் தந்தையின் அந்த நூலைப் பற்றி ராஜகோபால் பிள்ளை கூறிய நாளிலிருந்து தொடங்கித் தேடினாலும் அந்த நூல் கிடைக்கவே இல்லை. அப்படி ஒரு நூல் எழுதப்படவில்லை என்று என் தந்தையின் கன்னட இலக்கிய நண்பர்கள் என்னிடம் அடித்துக்கூறுகிறார்கள். பல இடங்களில் தேடியும் கிடைக்காத என் தந்தை பாலகிருஷ்ண கௌடாவின் மாயத்தன்மையுடன் கூடிய நூலும் இன்றில்லாத ஒரு லிபியில், இன்று உயிரோடில்லாதவர்களில் ஒருவர் எழுதிய, இன்னொருவர் ஆங்கிலத்தில் 19ஆம் நூற்றாண்டைச் சார்ந்த எட்கார் ஆலன்போ எழுதுவதுபோல் மொழிபெயர்த்த மகாத்மா காந்தியின் யாரும் நம்பாத சரித்திரத்தைப்பற்றியும் அதன்பிறகு நான் யாரிடமும் கூறமுடியாதவனாய் ஆகிப்போனேன். அது, எனக்குத் தெரியும், மிகுந்த துருதிருஷ்டம்தான்.

இன்று – இந்த நிகழ்ச்சிகளும் நபர்களும் என் நினைவிலிருந்து மிகமிக தூரமாகிப் போன சுமார் முப்பது ஆண்டுகள் கழிந்த இன்று - வயோதிகமும் அடிக்கடி அலைக்கழிக்கும் நோயும் பாதிக்குமளவு வேறேதும் பாதிக்கவில்லை என்பதையும் கூறத்தானே வேண்டும்.

●●●

தலைவன்

என் பெயர் லஃபோர்க், என்பதாகும். நான் நீங்கள் கேள்விப்படாத ஒரு தீவில் வாழும் நாவலாசிரியன் என்பதையும் அதுபோல், புகழைப் பற்றி நான் கவலைப்படாதவன் என்பதையும் முதலிலேயே சொல்லிவிடவேண்டும். ஆகவே உங்களுக்கு என் பெயர் அறிமுகமில்லாமல் தான் இருக்கும்.

என்னுடைய வயதான காலத்தில், நான் வசித்துகொண்டிருக்கும் இந்தத் தீவில் பேசப்படும் 'ஒலவு' என்ற மொழி பற்றி டாக்டர் வெண்டல்வெஸ்கி என்ற பேர்கேட்ட ஐரோப்பியர் இலக்கணம் எழுதியதால், அம்மொழி உலக அரங்கில் பிரபலமானது என்கிறார்கள். அந்த மொழியில் எழுதப்பட்டு 2007-இல் ஆகஸ்ட் மாதம் எட்டாம் தேதி வெளியான என் நாவல் ஒன்று அனைத்துலகப் போட்டியில் முதல் பரிசை வென்றதுகூட உங்களுக்குத் தெரியாமலிருக்கலாம். அதற்காக நீங்களோ நானோ இப்போது கவலைப்பட்டு எதுவும் நடக்கப்போவதில்லை. எவ்வளவுதான் நீங்கள் இலக்கியத்தின் அனைத்துலகப் போக்குகளையும் நுட்பத்தையும் அத்துப்படியாக வைத்திருந்தாலும் சில விசயங்கள் கவனத்துக்கு வராமல்தான் இருக்கும்.

ஒலவு மொழியில் நான் எழுதும்போது நடக்கும் மர்மத்தைப் பற்றிக் கூறிவிடுகிறேன். நான் எழுதும் எழுத்து, என்னுடைய கற்பனை மட்டுமல்லாமல் அம்மொழியில் எழுதும் எல்லோருடைய கற்பனையையும் கொண்டது தான் என்று நான் கூறினால் ஏற்பீர்களோ என்னவோ. அதுபோல, என் எழுத்து எல்லாவிதமான அர்த்தங்களையும் அர்த்தத்தின் பகுதியான செயல் பாட்டையும் – சேர்த்துத் தீர்மானிக்கிறது. (இது நம்ப முடியாதது என்று எனக்குத்தெரியும்; எனினும் நம்பித்தான் ஆகவேண்டும் என பிடிவாதம் பிடிக்கமாட்டேன்.)

அதனால்தான் இவ்வளவு பீடிகையுடன் நான் இந்தக் கதையைச் சொல்ல வேண்டியிருக்கிறது.

என் கற்பனை பற்றி என் சக எழுத்தாளர்களுக்குப் புரியவில்லை என்று நானும், இவன் ‘பிக்ஷன்’ எழுத்தாளன் அல்ல, ஒலவு மொழியின் நாட்டுப்புறவியல் எழுத்தாளன் மட்டும்தான் என்று என்னோடு சேர்ந்து இரவெல்லாம் குடித்துவிட்டுக் காலையில் அவிழ்ந்து கிடக்கும் துணியை எடுத்துக் கட்டியபடி (சிவந்திருக்கும் வீங்கிய கண்களால் என்னைக் கோபத்தோடு பார்த்து) சொல்லும் மூத்த எழுத்தாளனின் பேச்சைக்கேட்டுத்தொலைப்பது தான் நான் ஒரு எழுத்தாளனாய் கண்ட பலன்.

ஆனால் எனக்குச் சில நிச்சயமான கருத்துக்கள் உண்டு. என் கதைகளில் கற்பனையாக நான் கொண்டுவரும் பாத்திரங்கள் எனது தீவினது மரம் செடி கொடிகளில் பல ஆண்டுகளாய் ஆவிகளாய் வாழும் மூதாதையர்களின் பேச்சையே பேசுகிறார்கள். கற்பனையாக நான் என் ஒலவு மொழி மூலம் எழுதும் ஒவ்வொரு சொல்லும் நிஜமான இன்னொரு குரல்தான் என்பது எனது பல ஆண்டுகால கருத்து.

அதுபோன்று என் எழுத்தில் காணப்படும் வேறு குணங்கள் பற்றிப் பாரிசிலிருந்து வந்த ஒரு பத்திரிகையாளருக்கு ஒருமுறை கொடுத்த பேட்டியின் போது நான் சொன்னதையும் உங்களிடமிருந்து மறைக்கத் தேவையில்லை.

என் எழுத்துக்களில், சரித்திரத்தில் ஒரு காலத்தில் உண்மையாக இருந்துவிட்டு மறைந்த நாயகர்களைப் பற்றியும் அவர்கள் அற்பாயுளில் மறைந்து போனபோது அவர்களால் வெளிப்படுத்த முடியாத அவர்களின் ஆசை அபிலாசைகளையும் தான் எழுதுகிறேன் என்று பேட்டி அளித்தேன். வேறு எழுத்தாளர்களும் தற்கால மக்களின் ஆசை அபிலாசைகளைத் தானே எழுதுகிறார்கள் என்று தேய்ந்து மறையும் கீழ்குரலில் அந்தப் பேட்டியாளன் சொல்லிவிட்டுப் பேட்டியைப் பாதியில் முடித்துக்கொண்டு மறைந்தான். அது அவனது கீழான குணத்தைத்தான் காட்டுகிறது என்றே நினைத்தேன். பேட்டி எடுத்தவனின் நடத்தையைப்பார்த்தபோது பிரான்சு நாடு எங்களைக் காலனியாக வைத்து ஒரு காலத்தில் ஆண்டுகொண்டிருந்தது எனக்கு ஞாபகத்துக்கு வந்தது.

நான் எழுதும்போது என்னைச் சுற்றி ஆட்டம்போடும் இறந்து போனவர்களின் குரல் எனக்கு நிதர்சனமாய் எப்போதும் கேட்கிறது. எனவே, கற்பனையும் நிஜமும் என்னைப் பொறுத்தவரையில் வித்தியாசமற்று என் புனை கதைகளில் வடிவம் கொள்கின்றன. ஆனால் நான் என் ஒருவனைப் பற்றி மட்டும் எழுதும் சுயநலக்காரன் அல்ல என்கிறேன். என்னைச் சுற்றியுள்ளவற்றைப் பற்றி- எழுதவேண்டும் அதுதான் நல்ல எழுத்து என்னும் அறிவு வளராத காலத்திலேயே, காலரா நோய்வந்த மூன்றே நாட்களில் இறந்துபோனார் என்று சொல்லப்பட்ட என்னுடைய தாத்தாவும், அவரது தாத்தாவும் பல மூதாதையர்களும் என் எழுத்தில் இருக்கிறார்கள் என்பது எனக்குத் தெரியும். அந்தத் தாத்தாவின் தாத்தாவும் அவர்களின் மூதாதையர்களும் கூட என்னோடு நான் எழுதும்போது பேசுகிறார்கள் என்பதை மிகவும் துல்லியமாகவும் அவர்களின் வித்தியாசமான குரல் அடையாளத்துடனும் தெரிந்துகொண்டுள்ளேன். இதனால் எழுத்தின் முக்கியமான பிரச்சனைகளான கர்வமோ, சுயபரிதாபமோ எனக்கு இல்லவே இல்லை.

இப்படியாக நான் எழுதுவதால் எனக்குப் பிறரைப் பற்றிய எல்லா விஷயங்களும் அத்துப்படி. அவர்களின் கள்ளக்காதலிகள், அவர்கள் சொந்த சகோதரர்களுக்குச் செய்த துரோகங்கள், எத்தனை திருமணங்களைத் தடுத்தார்கள் (திருமணங்களைத் தடுப்பது எங்கள் சமூகத்தில் மன்னிக்க முடியாத பாபம்) என்பதெல்லாம் எனக்குத் தெரிந்துவிடும். அதாவது என் எழுத்துச் சம்பவிக்கும் போது பல உண்மைகளைக் கண்டுபிடிக்கும் மந்திரக்கண்ணாடி ஒன்று என் ஞானதிருஷ்டியில் தோன்றும். இப்படித்தான் என்னால் எழுதமுடியும். கற்பனையை நிஜத்திலிருந்து கொஞ்சமும் என்னால் பிரித்தெடுக்க முடிந்ததில்லை (இதைதானே என் விரோதிகள் என் பலவீனமெனக் கூறித் தூற்றுகிறார்கள்).

இப்படித்தான் குகி என்ற பெயரில் என் மொழியில் எழுதும் ஒருவனின் எழுத்தினுள் மறைந்திருக்கும் பல அசட்டுத்தனங்களை நான் கண்டுபிடித்து எழுதி வெளிக்கொண்டுவந்தேன். அதனால் அவன் என் அலுவலகத்துக்கு வந்து ஒரு குவளையில் எடுத்துவந்த திராவகத்தைக் கோபத்தோடு வீசினான். நல்ல காலம் குறி தப்பி திராவகம் சுவரில் தொங்கிக்கொண்டிருந்த காலண்டரில் இருந்த நடிகையின் முகத்தைப் பாழ்படுத்தியது. என் அலுவலக

சிப்பந்திகள் குகியைப் பிடித்து நையப்புடைத்துப் போலீஸில் ஒப்படைத்தார்கள். போலீஸ் உயர் அதிகாரிக்குக் குகி வசித்து வந்த வீட்டை விற்றுப் பணம் கொடுத்துச் சிறைக்குப் போகாமல் தப்பினான் என்று எங்கள் தீவின் வதந்திகளை எழுதுவதற்காக நடத்தப்பட்ட ‘ஒலவு அப்ஸர்வர்’ என்ற பத்திரிகை, பின்பு செய்தி வெளியிட்டது.

எழுத்தில் வாசகர்கள் நம்மைத் துப்பறியும் காரியமும் நடக்கிறது. ஒரு பெண்மணியின் குடும்ப வாழ்க்கை பற்றி ஒரு கதை எழுதியிருந்தேன். குடும்பத் தலைவியை ஏமாற்றும் குடும்பத் தலைவன் வேலைக்காரியுடன் தொடர்பு வைத்திருந்ததைப் பற்றி எழுதியபோது குடும்பத் தலைவி என் எழுத்துத் தன்னைப் பற்றியது என்று கண்டுபிடித்ததோடு நிற்காமல் என் வீட்டுக்கு வந்து என்னைப் பார்த்து எங்கள் மொழி வழக்கப்படி காலைப்பிடித்து வணக்கம் கூறி பரிசுகளும் தந்து என் எழுத்தின் மூலம் அவள் கண்டுபிடித்த பல உண்மைகள் பற்றி மேலும் விளக்கியபோது எனக்கே ஆச்சரியமாகவிருந்தது. இதுதான் எங்கள் மொழியில் உண்மைசார்ந்த எழுத்தின் இலக்கணம் என்கிறார்கள்.

இப்படிப் கொஞ்ச காலம் போனபோது எனக்குத் தோன்றுவதெல்லாம் உண்மைகளைச் சார்ந்ததாய் அமைந்தன; ஆனால் அப்படி ஒரு உண்மை பற்றிய கருத்து எனக்குள் இல்லை என்றே யாரும் கூறும்படி இயல்பாய் நான் காட்சிதந்தேன். ஆனாலும் நாலு நாட்கள் உணவும் நீரும் இல்லாமல் ஒருமுறை ஒரு ஆவேசத்துடன் எழுதியபோது பல விஷயங்கள் (எனக்குப் புத்தியில் பதியாதவை) என் எழுத்தில் வந்திறங்கியதை அறிந்தேன். பாலைவனத்தை இதுவரை பார்த்தறியாத நான் பாலைவனத்தின் தன்மைகள், உஷ்ணநிலை, வாழ்க்கைமுறை, வானிலை என்று மிகவும் கச்சிதமாக எழுதியதாய் துபாய் பக்கத்திற்கு வேலைக்குச் சென்றிருந்த பாலைவன அனுபவமுள்ள ஒருவர் தனக்குத் தெரிந்த தகவல்களைப் பற்றி எனக்குத் தெரிவித்துப் புகழ்ந்தார்.

என் எழுத்துக்களை அதன்பிறகு நான் அவதானிக்க ஆரம்பித்தேன். நான் ஏன் எழுதுகிறேன்? தொடர்ந்து 56 ஆண்டுகளாக ஏன் எதாவது எழுதிக்கொண்டே இருக்கிறேன்?. எல்லோரும் எழுதுகிறார்களா என்ன? பரிசுக்காக என் மொழியில் பலர் எழுதுகிறார்கள்.

அரசியல்வாதிகளோடு தொடர்பு ஏற்படுத்துவதற்காக - வேலையில் பதவி உயர்வு வாங்குவதற்காக, தாம் செய்த ஊழலை மறைப்பதற்காக, மினிஸ்டர்களை அணுகி உதவி பெறுவதற்காக, தேர்தலில் சீட் வாங்குவதற்காக, உயர்ந்த இடத்தில் பெண் எடுப்பதற்காக - இப்படி இப்படி எத்தனையோ நோக்கங்களுடன் எழுதுகிறார்கள். சாகும்போது ஆன்மா சாந்தி அடைய வேண்டுமென்பதற்காக எழுத்தாளர்கள் எழுதுகிறார்கள் என்றுகூட எழுதுகிறவரின் எதிரிகள் சாவை வலியுறுத்தி, பேசியதும் உண்டு. சரி, நான் எதற்காக எழுதுகிறேன்? அதுவும் வழக்கமில்லாத வாக்கியத் தொகுப்புகளைப் பயன்படுத்தி எதற்காக நான் எழுத வேண்டும்? யோசனைகள் தொடர்கின்றன.

இப்படி இருக்கிற ஒருநாள், என் தீவுக்கு எப்படியோ வந்தார் ஒருவர். நான் வேலை பார்க்கும் சினிமா பற்றிய பத்திரிகையில் புதிதாய் வந்து வேலைக்குச் சேர்ந்த குள்ளமான, அரைத்தாடியும் சப்பை மூக்கும் சுருட்டை முடியும் கூர்மையான பார்வையும் கொண்ட இலங்கைக்காரர் தான் அவர். தங்கள் மொழிக்காக ஒரு நாடு இல்லை என்பதால் கவலைப்பட்டு ஒரு படையை உருவாக்கி 30 ஆண்டுகள் படை நடத்தி இறுதியில் என்ன ஆனான் என்று அறியமுடியாதவனான ஒரு மனிதனையும் அவனது குடும்பத்தையும் பற்றி அவர் பல மணிநேரம் என்னிடம் பேச ஆரம்பித்தார்.

படை நடத்திய அந்த மனிதன் மீது எனக்கு முதலில் ஆர்வமோ, அவன்பற்றிச் சொல்லப்படுவதைத் தெரிந்து கொள்ளவேண்டும் என்ற ஊக்கமோ ஏற்படவில்லை. வயதான பின்பு பல விஷயங்கள் இப்படி ஆகிப் போகின்றன என்பதை நீங்கள் புரிந்துகொள்ளவேண்டும். ஆனால், இலங்கைக்காரர் என்ன காரணத்தினாலோ - அல்லது எந்தக்காரணமுமில்லாமலோ - நான் அலுவலகத்திலிருந்து வெளியில் செல்லும்போதெல்லாம் என்னைத் தொடர்ந்தார். அது எனக்கு விளங்கா விட்டாலும், அவர் என்னுடன் ஒட்டுறவுடன் நடக்கத் தொடங்கியதன் அர்த்தம் யூகமாகப்பிடிபட்டது. சாவுகளை ஞாபகத்தில் சுமந்துகொண்டிருக்கும் மனிதன் யாரோடாவது ஒட்டிக்கொள்கிறார். ஒரு விசயம் முழுதும் விளங்காவிட்டாலும் நாம் யூகம்செய்கிறோம் தானே. இப்படித் தான் நான் கதைகள் சிலவற்றிலும் எழுதுகிறேன். விளையாட்டு மைதானத்தில் கசங்கிய ஆடையுடன் வந்து

கிரிக்கட் விளையாடும் இளைஞர்களைப் பார்க்க தினமும் வருகிற மத்திய வயதினன் – வருத்தமான முகமும், கலைந்த தலையும், கண்களில் பெரிய சட்டமிட்ட கண்ணாடியும் தேய்ந்த பழைய செருப்பும் அவனுடையவை – கதை முடியும்போது எந்த நிகழ்ச்சியிலும் பங்கெடுக்காமல் கதை தொடக்கத்தில் எப்படி மைதானத்தில் இருந்தானோ அப்படியே கதை முடிவிலும் இருக்கிறான். ஏன் அப்படி இருக்கிறான்? இந்தக் கதையும் என் பிற கதைகள் போல புரியாத கதை என்ற லேபலைப் பெற்றது. என்னிடம் விளக்கம்பெற கேள்விகள் கேட்ட – பல்கலைக்கழக முனைவர்பட்ட மாணவ மாணவியர் உட்பட – அத்தனை பேரும் அவர்களுக்கு நான் பதிலாக ஏதோ உளறியதைக் கேட்டுத் திருப்தி அடையாமல் போனதைப் பார்த்து எனக்குள் ரகசியமாய் மகிழ்ந்தேன். இது என் குணம். அல்லது என் ஒலவு மொழிக்குணம்.

இலங்கைக்காரர் தனிநாடு கேட்டுப் போராடிய மனிதனைப் பற்றித் கூறியபடியே என்னைத் தொடர்வது நிற்கவில்லை. இலங்கைக்காரரும் நானும் நல்ல நண்பர்களாகிப் போனதுதான் மிச்சம். அவர்நோக்கம் புரியவில்லை. தனி நாட்டுக்காக ஒரு படையை உருவாக்க உதவிய பக்கத்துப் பெரிய நாட்டு உளவுப்பிரிவுதான் தனிநாடு கேட்டவனுக்குப் பயிற்சி அளித்து அவனுக்குப் பணமும் கொடுத்தது என்றும் கடைசியில் அந்தப் பெரிய நாட்டின் அதே உளவுப் பிரிவும் மூன்று உயர் அதிகாரிகளும் சேர்ந்துதான் அவனையும் அவன் இனத்தைச்சார்ந்த ஒன்றரை லட்சம் மக்களையும் கொன்றது என்றும் கூறினார்.

என் கதைகளைப் பற்றிய இன்னொரு விசயமும் திடீரென்று என்புத்தியில் பதிகிறதை, உடனடியாக, நான் பதிவு செய்யாவிடில் என் இந்த எழுபதைத் தாண்டிய வயதில், மறந்து போவேன், எனவே பதிவு செய்கிறேன். ஆம் என் எதிரில் இருந்து என் பாத்திரங்களுடன் பேசும் குரல் ஒன்று எப்போதும் என் மூதாதையர்களிடமிருந்து எனக்குத் தொடர்ந்து வந்து கொண்டிருப்பது பற்றிய விளக்கம் இது. அந்த நேரங்களில் நானும் என் கதைப் பாத்திரமும் நிஜமாகிவிடுவோம். அதுதான் முக்கியம், நிஜமாவது. இரண்டுபேர் நிஜமாகி விடும்போது இரண்டு உடல்கள் ஒன்றன் முன் இன்னொன்று அமர்ந்திருக்க வேண்டும். அப்படி அமர்கையில் வெளிப்படும்

வார்த்தைகளும் வாக்கியங்களும் நிஜமானதாக அமையும். இதனால் ஒலவு மொழி இருவரின் சம்பாஷணையால் உருவம் பெற்ற மொழி என்ற கருத்தும் உண்டு. இதுதான் என் கதைகளில் மறைந்திருக்கும் உண்மை. இரண்டு பேர் என் ஒவ்வொரு கதையிலும் மறைந்திருக்கிறார்கள்.மூதாதையர் நேரடியாய் வெளிப்பட்டுத் தோன்றும் முறை, இல்லாதது தோன்றும் தன்மை, அல்லது தெரியாதது தெரியும் தன்மை. இதுதான் என் எழுத்தை நான், பிறர் ஏற்கிறார்களோ இல்லையோ என்பதை சட்டை செய்யாது – அறிந்துகொள்ளும் அடிப்படை.

என் தீவின் திரைப்படப் பத்திரிகையில் கம்ப்யூட்டர் பிரிவில் என் இலங்கைக்கார நண்பர் பணியாற்றினார். நான் சினிமாவின் கதைப்பிரிவு சார்ந்த எடிட்டோரியல் பகுதியில் பணியாற்றினேன். அது ஒரு விநோதமான வேலைப் பிரிவினைதான் என்பது எனக்கும் தெரியும். எனக்குக் கதை எழுதுவதன் தத்துவம், உத்திகள், தொடக்கத்துக்கும் நடுவுக்கும் முடிவுக்கும் மத்தியில் இருக்கும் உறவு இப்படி எல்லாம் யோசிப்பதும், விவாதிப்பதும் பிடிக்கும் என்பதால் தீவில் பிரசித்திபெற்ற பத்திராதிபரான என் நண்பர், அந்த சினிமாப் பத்திரிகையில் எனக்கென்றே அந்த கதை விவாதப் பகுதியை உருவாக்கியிருந்தார். அதனால் அவர்களின் சினிமா விமரிசனம் வளம் பெற்றது என்று பத்திராதிபர் கூறியது உண்மைதான்.

நாங்கள் வசித்தது என்னவோ சிறிய தீவுதான் என்றாலும் சினிமா தயாரிப்பதிலும் சினிமா வியாபாரத்திலும் அவுட்டோர் ஷுட்டிங் நடத்தவரும் பல வெளிநாட்டு நிறுவனங்களுக்கு உதவுவதிலும் நல்ல வருமானம் வந்தது. எங்கள் நாட்டிலும் ஜனாதிபதியாக வருபவர் முன்னாள் நடிகராகவோ நடிகையாகவோ தான் இருக்கிறார். எங்கள் மக்கள் அதற்கெல்லாம் அசராமல் தொடர்ந்து சினிமாக்காரர்களையே தேர்ந்தெடுத்து வருகிறார்கள். சமீப காலங்களில் நிலமை இன்னும் மோசம். மேக்கப் மேன், லைட்பாய் போன்றவர்களும் தேர்தலில் நிற்கவிரும்புகிறார்கள்.

இலங்கைக்காரர் என்னிடம் அவர்கள் நாட்டில் படங்கள் தயாரிப்பு வளரவில்லை என்றார். ஒருநாள் வழக்கம் போல – நான் எதிர்பார்த்ததும் அதுதான் – தனிநாடு கேட்டு அவர்கள் நாட்டில்

நடத்த யுத்தத்தில் படை உருவாக்கிய மனிதனின் முடிவு பற்றி மிகவும் உணர்ச்சிவசப்பட்டு மனதில் விசனத்துடன் சொன்னார்.

“கடைசியில் அந்த மனிதன் எதிரியின் சைன்யத்தால் கேவலப்படுத்தப்பட்டுக் கொல்லப்பட்டான். அவனுடைய உடைகள் களையப்பட்டிருந்தன; அவை பல இணையத்தளங்களில் புகைப்படங்களாய் வெளிப்பட்டன. தலையில் கோடாரி போன்ற வஸ்துவால் வெட்டப்பட்டான். கண்களை மூடாமல் படம் எடுத்திருந்ததால் மரணமுற்ற மனிதனின் கண்கள் திறந்திருந்தன. எதிரி இரக்கமில்லாதவன் என்பதையும் எதிரியை மரணத்திற்குப் பிறகும் அவன் பார்த்துக்கொண்டு இருக்கிறான் என்று அவனுடைய இனத்தவரான நாங்கள் நினைப்போம் என்பதையும் அந்தத் திறந்த கண்கள் சுட்டிக் கூறின.”

இலங்கைக்காரரின் நட்பால் கவரப்பட்டிருந்த நான் அவருடைய உணர்வில் இப்போதெல்லாம் பங்கெடுக்க ஆரம்பித்தேன். எங்கோ இருந்த யாரோ ஒரு தேசியத் தலைவனைப் பற்றிக் கூறுகிறார் என் நண்பரான இலங்கைக்காரர் என்ற உணர்வு மாற ஆரம்பித்தது. என் எழுத்துக்களின் உள்ளே இருக்கும் ஒரு மர்மமான முடிச்சை விடுவிக்கும் விடுகதைக்கான பதிலை என் நண்பர் எப்படியோ எனக்குள் உருவாக்கிவிட்டார் என்று உணர ஆரம்பித்தேன். எனக்கு வாய்ப்புக் கிடைக்கும் போதெல்லாம் அந்தத் தேச சுதந்திரத்துக்குத் தன் உயிரையும் மனைவி மக்களின் உயிரையும் பணயம் வைத்த தலைவனைப் பற்றிய தகவல்களை நானும் திரட்ட ஆரம்பித்தேன்.

தொடர்ந்து நான் கூறிக்கொண்டுவரும் என் ஒலவு மொழி எழுத்தின் தத்துவம், பின்புலம், உளவியல் விவரணைகள் முதலியன என் ஒவ்வொரு எழுத்திலும் வரும்படி எழுதிக்கொண்டே இருந்தேன். அத்தகைய காலத்தில் நான் ஒரு புதிய கதை எழுதுவதற்கான தகவல்களைத் திரட்டிக்கொண்டிருந்தேன். தனிமையாலும் வயோதிகத்தாலும் பீடிக்கப்பட்ட ஒருவன் தனித்தீவில் மாட்டிக்கொண்டு வாழ்வின் அர்த்தத்தை எல்லாவித ஆபத்துக்களையும் எதிர்கொண்டு மனதுக்குள் உருவாக்கும் அந்தக் கதையில் ஒவ்வொரு ஆபத்தும் அவன் மனதைத் திறந்துவிடுகின்றது. ஆபத்தில்லாவிட்டால் அந்தப்பாத்திரத்தால் வாழமுடியாதென்று கருதும் அளவு போகிறான். அதற்காகத்

தற்கொலை மனோநிலையை அவன் உருவாக்குவதில்லை என்பதுதான் அவன் கதையின் தனிச்சிறப்பு என்பது கதை எழுதும் எனக்கு நன்கு தெரிந்திருந்தது.

அக்காலத்தில் இலங்கைக்கார நண்பர் தனிநாடு கேட்டுத் தன் மக்களுக்காக மரணமடைந்த மனிதனைப் பற்றிய புதுத் தகவல்களைக் கொண்டு வந்தார்.

ஒன்றரை லட்சம் மக்கள் இறந்த யுத்தத்தின் இறுதிக்கட்டத்தில் நடந்த தகவல்கள் யாருக்கும் தெரியவில்லை. அந்தத் தலைவனின் மனைவியும் மகனும் கொலை செய்யப்பட்ட தகவல் மட்டும் தெளிவாகப் புகைப்படத்துடன் உலகம் எங்கும் வெளியில் வந்திருந்தது. நண்பரும் அதைக் கூறி வருந்தினார். நான் எதிர்பார்க்காத விதமாய், நான் விரும்பிய பல தகவல்களைக் கொண்டுவந்த மறுநாள் பெருமையாய் அந்த இலங்கைக்காரர் வந்து எனக்கு உணவு வாங்கிக் கொடுத்தார். எதற்கு என்று கேட்டபோது தலைவனின் மரணப்புகைப்படங்கள் மார்ஃப் செய்தவை; எதிரிகளால் செயற்கையாக உருவாக்கப்பட்டவை என்றார். தலைவனும் அவனது துணைவியும் தப்பிவிட்டார்கள் என்று தகவல்கள் வந்துள்ளன என்றார். அவரளவு ஒலவு மொழிக்காரனாகிய நான் அச்செய்தியைக் கேட்டு மகிழவில்லை. எனக்கு எதுவும் புரியாமல் இருந்தது. ஒருவேளை இறந்தவன் உயிர்த்தெழுவது பற்றிய கதைகள் என் தீவுக்குப் புதியதல்ல என்பதாலாக இருக்கலாம்.

அதன் பின்பு வழக்கம்போல நண்பர் அவரது கணினி வேலையிலும் நான் என்னுடைய கதை டிப்பார்ட்மென்டில் கதைகளை அலசும் வேலையிலும் ஈடுபட்டோம். என் காரியங்கள் வேறு. இன்று ஒரு சினிமாவில் வரும் தேவையில்லாத ஒரு பெண் பாத்திரம் இறுதியில் சந்திக்கும் விபத்து பற்றி யோசித்தபடி இருந்தேன். அது எனக்குப் பிடிக்காத என்தொழிலின் ஒரு பகுதி. எனினும் அடுத்த நாளிலிருந்து எனக்குப்பிடித்த காரியமான சுயபரிசோதனையில் ஆழ்ந்தேன்: நான் என் கதைகளைப் பற்றியும் என் இலக்கியத்தின் அடிப்படைத் தன்மை பற்றிய தொடர் விசாரத்தில் ஈடுபட்டேன். ஒருவன் எதற்காக எழுதுகிறான்? நான் எதற்காக எழுதுகிறேன்? என்ற கேள்வி மீண்டும் வந்தது. ஒரு ஆங்கிலக் கவிஞன் 'நான் கவிதை எழுதுவதால் எனக்குக் கடவுள்

நம்பிக்கை இல்லை என்பதைக்கண்டுபிடித்தேன்' என்றான். அப்படியென்றால் எனக்கும் கடவுள் நம்பிக்கை இல்லை என்பதால் நான் எழுதுகிறேனா என்ற கேள்வி தோன்றியது. எனக்குக் கேள்விகள் போதும் என்று நான் வாழ்பவன். அதனால் விடைகளை நான் கஷ்டப்பட்டுக் கண்டுபிடிப்பதற்குச் சிரமம் எடுப்பதில்லை. கேள்விகளே விடைகள் தரும் சந்தோஷத்தை எனக்கு அளிக்கின்றன. இந்த அர்த்தத்தைக் கொண்ட வாக்கியம் புரியாததாகப் பல மொழிகளில் கருதப்படும்போது என் மொழியில் இது மிகவும் நன்றாகப் புரிகிற வாக்கியம் என்பதை நான் சொல்லித் தான் தீர வேண்டும்.

எதிர்பாராத விதமாக – என் தீவிலிருந்து, மிகப் பல ஆண்டுகளுக்கு முன்பு – 1943-இல் ஜனவரி நாலாம் தேதி காணாமல்போன என் தம்பி, தாடியுடன் நேற்று திரும்பி வந்தபோது என் வீட்டில் ரகசியமாய் அவனை அமர வைத்துவிட்டு வெளியே நான் போனேன். நான் அப்படி ஒரு அடி வெளியே எடுத்து வைத்துவிட்டு மீண்டும் வீட்டுக்குள் சென்று அவனையே பார்த்துக் கொண்டு நின்றேன். அவன் கண்களிலிருந்து தாரை தாரையாகக் கண்ணீர் கொட்ட ஆரம்பித்தது.

என் எழுத்துக்கள் தோல்வியானவையா வெற்றி பெற்றவையா என்று ஆங்கிலத்திலும் பிறமொழிகளிலும் வருகின்ற நூல்களைப் படித்த எங்கள் விமரிசகர்கள் எப்போதும் ஒரு கேள்வியைக் கேட்பதற்குச் சலிப்படைவதில்லை. அந்தக் கேள்வியை அவர்கள் கேட்டுக்கொண்டு சாகட்டும் என்று நான் விட்டுவிட்டேன். என்ன பதில் வரப்போகிறதென்று நான் தலைமுடியைப் பிய்த்துக் கொள்வது கிடையாது; அப்படி இருப்பது என் வரப்பிரசாதமான மனநிலை என்று எனக்கு நான் கூறிக் கொள்கிறேன். இங்குக் கிடைக்கும் 'சீப்' பான தாளில் அழகற்ற ஆதிவாசிப் பெண்களின் (இவர்கள் படத்தைப் போட்டால்தான் நூல் விற்கும் என்கிற மூடநம்பிக்கை இருக்கிறது) அட்டைப் படத்துடன் முதல் பதிப்பு, 500 பிரதிகள் அச்சடிக்கப்படும். எங்கள் இரண்டு ஜனாதிபதிகள் கடந்த 45 வருடங்களாக மாறிமாறி ஆட்சிக்கு வரும் போது இருவரும் போட்டி போட்டு நாவல் எழுதுகிறார்கள். (அதற்கு முன்பு பிரான்ஸிடமிருந்து தீவின் சுதந்திரத்துகாகப் போராடியவர்கள் ஜனாதிபதிகளாய் இருந்தனர்.) போட்டிபோட்டு அவர்கள் இருவர் எழுதும் கி.பி. 1000 ஆண்டைச் சார்ந்த வரலாற்று

நாவல்கள் மட்டும் 6000 காப்பிகள் விற்கும். பிரஞ்சு மொழியில் அவை பெரிய விளம்பரத்துடன் வந்து விடுகின்றன என்ற தகவல் உங்களுக்குத் தெரிந்திருக்கலாம். ஆனால் தொடர்ச்சியாக என் எழுத்து எதற்காக உருவாக்கப்படுகிறதென்று எனக்குள் எழும் கேள்விகளுக்குப் பதில் எதிர்பார்த்தபடியே வாழ்வதும் எழுதுவதுமாக என் காலம் ஓடிக்கொண்டேயிருக்கிறது.

1943இல் எங்கள் தீவில் அந்நியர்கள் வாழ்ந்தபோது காடுகளில் பதுங்கியிருந்து 'ஓகோல்' (சுதந்திரம் என்று பொருள்) என்ற ரகசிய இயக்கத்தின் துணைத் தளபதியாக இருந்து நாடு கடத்தப்பட்ட என் தம்பி பல ஆண்டுகளுக்குப் பிறகு வயதான தோற்றத்தில் வந்தவன் யாருக்கும் தெரியாமல், ஒரு வாரம் முழுதும் தூங்கிக் கொண்டேயிருந்தான். இத்தனை ஆண்டுகள் ஒருநாள்கூட தூங்குவதற்கு நேரம் கிடைக்காதவன் போலத் தூங்கினான். இன்றைய ஒலவுமொழி அரசாங்கம் அவன் உயிருடன் இருக்கிறான் என்பதை அறிந்தால் என்ன செய்யும் என்பதைப் பற்றிய அறிவுகொண்ட நாங்கள் அவன் ஊரில் இருக்கும் விசயத்தை யாருக்கும் சொல்லவில்லை. என் வீட்டுக்குப் பல நாட்டு சினிமாக்காரர்கள் வந்துபோவது வாடிக்கை என்பதால் யாரும் தாடியுடன் இருக்கும் என் வயதொத்த இன்னொரு முதியவனைச் சந்தேகக் கண்கொண்டு பார்க்கவில்லை என்றாலும் என் தம்பி ஒரு வாரத்துக்குபின் என்னிடம் சொல்லாமல் புறப்பட்டு விட்டான் என்பது மட்டும் புரிந்தது.

என் புனைகதைகளின் அடுத்த விசயத்துக்கு வருகிறேன். விலங்குகளும் குழந்தைகளும் பாத்திரங்களாய் தோன்றியபோது அவர்களும் காலங்காலமாக என் பிறப்புக்கு முன்பிருந்தே என்னிடம் பேசியவைகளை என் கதைகளிலும் அமர்ந்து பேசினார்கள். அது பற்றிய ஒரு நிச்சயமான எண்ணம் எனக்கு இருந்தாலும் அவ்விஷயத்தை யாருக்கும் சொன்னதில்லை. எனினும் என் பேட்டிகளைத் தொகுத்து வெளியிட்டிருந்த என் வாசக நண்பர் சமீபத்தில் என்னிடம் இக்கருத்தைப்பகிர்ந்து கொண்டபோது எனக்கு மகிழ்ச்சி ஏற்பட்டது.

இலங்கைக்காரர், நான் உடல்நலமின்றி இருந்ததால் அலுவலகம் போகாதபோது அவர் இரண்டு நாட்கள் எனக்காகக் காத்திருந்த விஷயத்தை பின்பு, நான் அலுவலகம் போனபோது கூறி

அவர்களின் தலைவன் பற்றிய மிகப் பிந்திய தகவலை என்னிடம் பகிர்ந்தார்.

‘அவரும் குடும்பமும் பலிபோடப்பட்டு விட்டார்கள். நான் போனமுறை சொன்னது தவறாகிவிட்டது’ என்றார்.

‘அது நான் எதிர்ப்பார்த்தது தான்’ என்று அவரிடம் கூறிவிட்டு, இருவரும் எங்கள் தீவில் தயார் செய்யப்பட்ட கசப்பு மிகுந்த டீயை அருந்தியபடி பேசிக்கொண்டு அமர்ந்தோம். அவர் தொடர்ந்தார்.

‘உண்மையா? எங்கள் மக்களின் விடுதலைக்கு இனி யாரும் இல்லையா? தலைவனும் அவன் துணைவியும் உயிரோடு இருக்கிறார்கள் என்ற நம்பிக்கை பொய்யாகி விட்டதா?’

‘உங்கள் மக்களின் தலைவனையும் அவன் மனைவியையும் யாரும் கொல்ல முடியாது’ என்றேன் மிக உறுதியாக. என் நண்பர் திருப்தி அடையவில்லை என்னுடைய பதிலால் என்பதறிந்தேன்.

‘உண்மை என்ன, சொல்லுங்கள். நான் போன வாரம் உங்கள் தம்பியைச் சந்தித்தேன். இறந்துபோனவர் என்று பல ஆண்டுகளுக்கு முன்பு உங்கள் மக்கள் நினைத்தார்கள். அவர் உயிருடன் இருக்கிறார். அதுபோல் எங்கள் தலைவனும் வருவானா?’

‘என் தம்பியைத் திரும்ப இத்தனை ஆண்டுகளுக்குப் பிறகு சந்திப்பேன் என்று நானும் நினைக்கவில்லை’ என்றேன்.

‘அவர் ஏன் புறப்பட்டுப் போய்விட்டார்?’

‘அவரைப் பொறுத்தவரையில் அவர் பல ஆண்டுகளுக்கு முன்பே இறந்து போனவர்’.

‘உங்களைப் பொறுத்தவரையில்?’

இலங்கைக்காரர் கேட்ட கேள்விக்கு நான் சொல்லப் போகும் பதில் அவருக்குத் தெரியும் என்பதுபோல் அவருடைய முகபாவம் தென்பட்டது.

அதனால் அவர் அமைதியானார். என் வாய் அவருக்குத் கேட்காதபடி முணுமுணுத்தது. என் ஒலவு மொழியில் சொன்னேன்.

‘இருப்பதும் போவதும் ஒன்று தான்’.

எழுபத்தைந்தாம் வயதைத் தொடப் போகிற நான் மறுநாள் வெளிநாட்டுப் படத் தயாரிப்புக் குழு ஒன்றின் வருகைக்காகக் காத்திருந்தபோது இலங்கைக்காரர் எனது பின்பக்கமிருந்து ஒரு நிழல்போல் வந்து என் முன்பு தென்பட்டார். அன்று சுள்ளென்று சூரியன் மிகவும் சுடுவதுபோல் வெயில் அடித்தது. வழக்கமாய் எப்போதும் 25 டிகிரி செல்சியஸ்க்கு மேல் போகாத இதமான காலநிலை இருக்கும் தீவில் வெயில் அடித்ததால் அது எல்லோருக்கும் குதூகலமான மனநிலையை உருவாக்கியது.

அப்போது அடித்த வேகமான காற்றில் நண்பர் சொன்னது லேசாகக் கேட்டது.

‘எங்கள் தலைவனும் அவனது துணைவியாரும் உயிருடன்தான் இருப்பார்கள். மீண்டும் வருவார்கள்.’

உணர்ச்சிப் பெருக்கால் இலங்கை நண்பரின் தொண்டை கமறியது. கண்களில் கண்ணீர் முட்டியது.

நான் ஆமோதித்தேன். என்னை அறியாமல் சொற்கள் வெளிப்பட்டன.

‘தலைவன் கண்டிப்பாக வருவான். நான் உண்மையாகவே நம்புகிறேன்.’

அவரின் முகத்தில் திடீரென நெருப்புபந்து ஒன்று எரியும் பிரகாசம் தோன்றியது அமானுஷியமாயிருந்தது.

அதன் பின்பு நான் அவரைப்பல மாதங்கள் சந்திக்கவில்லை. வேலையை விட்டுவிட்டாரோ என்று நினைத்தேன்.

அப்படி பல மாதங்கள் கடந்தன. இடையில் ஏதேதோ வேலைகளில் நான் ஈடுபட்டேன்.

மீண்டும் ஒருநாள் என் நினைவுகளில், நான் எழுதப்போகிற - அல்லது எழுதிய பல பாத்திரங்கள் என்னுடன் பேச ஆரம்பித்தார்கள். அவற்றில் உயிர் உள்ள பாத்திரங்களும் இல்லாத பாத்திரங்களும் இருந்தனர். எப்போதும் என் கற்பனை எழுத்துக்குள் நான் கொண்டு வருகிற உரையாடலில் என்னதான் பழைய மூதாதையர்கள் தூண்டுகோலாக வந்தாலும் ஒரு நிஜ நபரின் குரல் கேட்காவிட்டால் என் கதையை நான் தொடர்ந்து எழுத முடியாதென்று பல காலமாக உணர்ந்த விஷயம் இப்போதும் மனதில் பதிந்தது.

என் தம்பி தாடியுடன் மீண்டும் கனவில் வந்த அன்று தீவில் பேரளவு கடல்கொந்தளித்தது. பல கட்டுமரங்கள் சிதைந்து பதினெட்டுத் திமிங்கலங்கள் செத்து கரை ஒதுங்கிய அன்று பல்விதமாய், இயற்கையை மீறிய உற்பாதங்கள் தீவில் ஏற்பட்டபோது எனக்கு ஏனோ அரைதாடியும் சுருட்டை முடியும் கொண்ட இலங்கைக்காரரும் அதுபோல் கண்திறந்தபடி சவமாய் காட்சி தந்த ஒரு தலைவனும் மனக்கண்ணில் ஒப்புமையில்லா உள்காட்சியாய் தோன்றினார்கள்.

●●●